இணையில்லா அன்பு

"நமது கதறல் அவருடைய கதறலானதே"!

இருபத்தி இரண்டாம் சங்கீதத்தின்
வெளிப்பாடுகள்

டாக்டர். ஷில்பா ஜெர்மைன் ஆல்ஃபிரெட்

INDIA · SINGAPORE · MALAYSIA

ISBN
Hardcase 979-8-89929-341-2
Paperback 979-8-89777-600-9

தேவன், தம்முடைய ஒரேபேறான குமாரனை விசுவாசிக்கிறவன் எவனோ அவன் கெட்டுப்போகாமல் நித்தியஜீவனை அடையும்படிக்கு, அவரைத் தந்தருளி, இவ்வளவாய் உலகத்தில் அன்புகூர்ந்தார்.

யோவான் 3:16

தேவன் அருளிய சொல்லிமுடியாத ஈவுக்காக அவருக்கு ஸ்தோத்திரம்!!!

வேதாகம மேற்கோள்கள் அனைத்தும் **புதிய கிங் ஜேம்ஸ்** பதிப்பிலிருந்து மேற்கோள் காட்டப்பட்டுள்ளன.

ஆங்கில புத்தகத்தின் அசல் தலைப்பு:
"The Essence of Psalms", Part 1.
ISBN: 979-8-89186-521-1 (Paperback)
© Dr. Shilpa Germaine Alfred 2023

தொடர்புடைய வெளியீடு:
"யெகோவா ராஹ்", எந்தன் நல்ல மேய்ப்பர்.
ISBN: 979-8-89744-683-4
© Dr. Shilpa Germaine Alfred 2025

Translated by / தமிழாக்கம்:
Ebenezer Elizabeth / எபனேசர் எலிசபெத் (eben.kalpana@gmail.com)

Review and editing by / மதிப்பாய்வு மற்றும் திருத்தம்:
Mr. A. Irudaya Raj/ திரு. ஏ. இருதய ராஜ்
(Dr. Shilpa's father / டாக்டர். ஷில்பா அவர்களின் தகப்பனார்)

Cover page art / அட்டைப் பக்க ஓவியம்:
Stanley Jeremy Alfred/ ஸ்டான்லி ஜெரேமி ஆல்ஃப்பிரெட்
(Dr. Shilpa's son/ டாக்டர். ஷில்பா அவர்களின் மகன்)

ஆசிரியர் தொடர்புத் தகவல்:
டாக்டர். ஷில்பா ஜெர்மைன் ஆல்ஃப்பிரெட், எம்.பி.பி.எஸ், டி.என்.பி (நோயியல்)
தொலைபேசி: +91-8754431798
மின்னஞ்சல்: shilpa.alfred@yahoo.com

உள்ளடக்கம்

முன்னுரை

ஒருநாள் காலை எழுந்ததும், "என்ன ஆண்டவரே? இந்த காணொளி பதிவேற்றம் செய்யுறவங்க எல்லோரும் ஓஹோனு பிரபலமாகி விடுகிறார்கள். ஆனால் மாங்கு மாங்குனு எழுதுகின்ற எவரும் அந்த அளவுக்குப் பிரபலமாக முடியவில்லையே? என்னவாக இருக்கும்? இது எல்லாம் என்ன ஒரு அநியாயம்?" என்று கேட்டுக் கொண்டிருக்கையில், பரிசுத்த ஆவியானவர் என்னுடன் பேச ஆரம்பித்தார்:

"எபன், நான் காலங்களை அறிந்தவர் என்பது உனக்குத் தெரியுமா?" என்று கேட்டார்.

"தெரியும் ஆண்டவரே" என்றேன்.

"மோசேயிடம் வார்த்தையைக் கொடுத்த என்னால் அதை ஒரு காணொளியாகக் கொடுத்திருக்க முடியாதா?" என்று கேட்டார்.

"நல்ல யோசனை தான் ஆண்டவரே, அப்படி கூட கொடுத்திருக்கலாம்" என்றேன்.

"அப்புறம் ஏன் அப்படி காணொளியாகக் கொடுக்காமல் எழுத்தாகக் கொடுத்தேன் தெரியுமா" என்று மறுபடியும் ஆண்டவர் என்னிடம் கேட்க, கடைசி பெஞ்சு மாணவியாகிய நான் வழக்கம்போலவே 'கேள்வி பாஸ்' என்ற பதிலைக் கூறிவிட்டேன்.

பாஸ்.....

ஆண்டவர் மறுபடியும் என்னுடன் இடைப்பட்டு, "எபன், சிறைச்சாலைகளுக்குள் வீடியோ செல்ல முடியாது, ஆனால் எழுத்து என்ற வார்த்தை செல்லமுடியும். எனவே தான், எழுத்து ஊழியத்தை நான் தேர்ந்தெடுத்தேன். உலகம் என்ற ஒன்றில் சாத்தான் சிறை என்ற ஒன்றை உருவாக்கி வைத்தாலும், எழுத்து என்ற வார்த்தையை நான் அங்கும் எடுத்துச் சென்று ஜனங்களை விடுதலையாக்குவேன். எனவே தான் மோசே, பவுல் போன்ற எழுதும் பழக்கமுடையவர்களை நான் பயன்படுத்தினேன்" என்றார்.

அப்பாவின் விளக்கம் வியப்பாக இருந்தது. இன்றும் லட்சக்கணக்கில் காணொளிகள் இருந்தும் அதில் ஒன்று கூட சிறைச்சாலைக்குள் சென்று சிறைப்பட்ட ஜனங்களை விடுதலை செய்ய முடியாது. ஆனால், புத்தகம் என்ற வார்த்தைகள் செல்லமுடியும் என்ற வெளிப்பாடு வியப்பாகவே இருந்தது. அத்தகைய மேன்மையான எழுதும் அழைப்பை தேவன் டாக்டர் ஷில்பா அவர்களுக்கு அருள் செய்திருப்பதற்காக நான் தேவனுக்கு நன்றி செலுத்துகிறேன்.

இந்த நூல், கைவிடப்பட்ட இயேசுவும், கட்டி அணைக்கப்பட்ட நாமும் என்ற நற்செய்தியை உரக்க கூறுகிறது.

"நம்முடைய பாவம் தேவனுடைய இரட்சிப்பைப் பெற நம்மைத் தகுதிப்படுத்துகிறது" என்கிற இந்த சத்தியத்தை அறிவிக்க தைரியம் சற்று கூடுதலாகவே தேவைப்படுகிறது. அத்தகைய தைரியத்தை தேவன் இந்த புத்தகத்தின் ஆசிரியை டாக்டர் ஷில்பா அவர்களுக்குக் கொடுத்திருப்பதற்காக தேவனுக்கு நன்றி.

சிலுவையில் இயேசு கிறிஸ்து என்ற முதல் குமாரன் கைவிடப்பட்டதால், இளையகுமாரர்கள் என்னும் நாம் நேசிக்கப்படுகிறோம் என்பதை சங்கீதம் 22 -இன் வாயிலாக தெளிவாக விளக்கியிருக்கிறார் இந்த நூலின் ஆசிரியை.

விலங்குகளின் இராஜ்ஜியம் பற்றி பேசப்பட்டிருப்பது ஒரு புதிய கண்ணோட்டம். 'யூத ராஜ சிங்கம்' என்ற தீர்க்கதரிசனத்தை கையில் எடுத்த சாத்தான் சிங்கம் என்றாலே பயங்கரமான மோசம் விளைவிக்கும் விலங்காக தானியேல் வாழ்ந்த நாட்களில் மாற்றி வைத்திருந்ததையும், தேவனுடைய குணாதிசயத்தை அந்த கயவன் கறைப்படுத்த நினைத்ததும், முடிவில் என்ன நடந்தது என்பதும் இங்கு அழகாக புதிய புதிய வெளிப்பாடுகளுடன் விவரிக்கப்பட்டுள்ளது. வஸ்திரத்தை சீட்டு போட்டார்கள் என்பது கூட அதிக விளக்கம் அளிக்கப்பட்டிருக்கிறதை கண்டு நான் ஆச்சரியப்படுகிறேன்.

"என்னை விருந்துச்சாலைக்கு அழைத்துக் கொண்டு போனார்" (உன்னதப்பாட்டு 2:4) என்று சூலமேத்தி கூறியது போலவே இந்த நூல் உங்களை நிச்சயம் ஒரு விருந்துச்சாலைக்கு அழைத்துக் கொண்டு போகும் என்பதில் சந்தேகமில்லை.

இந்த விருந்தில் பங்குபெருங்கள், இந்த வாசிப்பு தேவனை பற்றிய புதிய வெளிப்பாட்டை உங்களுக்கு நிச்சயம் கொடுக்கும். தேவனைப் பற்றி அறிகிற அறிவு உங்கள் வாழ்க்கையை வளமாக்கும்.

இந்த நூலை வாசிக்கையில், கிறிஸ்துவின் நிறைவான வளர்ச்சியின் அளவிற்குத்தக்கதாக உங்கள் ஆவி, ஆத்துமா, சரீரம் வரளட்டும் என்று வாழ்த்துகிறேன். இந்த நூலை மொழிபெயர்ப்பு செய்யும்படிக்கு தேவன் கொடுத்த அழைப்பிற்காகவும், வாய்ப்பளித்தமைக்காக சகோதரி ஷில்பா மற்றும் குடும்பத்தினருக்கும் என் ஆவியின் நிறைவில் நன்றி கூறுகிறேன்.

கிறிஸ்துவின் உடன் சுதந்திரர்,\
எபனேசர் எலிசபெத்\
சென்னை\
மார்ச் 2025

முகவுரை

சங்கீத புத்தகம் ஒரு பெருங்கடல் போன்றது. இந்தப் புத்தகத்தைக் கவனமாக, தொடர்ச்சியாக, ஒன்றோடொன்று தொடர்புபடுத்தி ஆராய்ந்தால், நம் சர்வவல்லமையுள்ள தேவனின் மகத்தான பண்புகளையும், அவருடைய பிள்ளைகளின் மகிமையான சுதந்திரத்தையும், எதிராளியானவனின் உண்மையான நிலையையும் கண்டறியலாம். பெரும்பாலான சங்கீதங்கள் இஸ்ரவேலின் புகழ்பெற்ற அரசனான தாவீது மன்னனால் எழுதப்பட்டது. ஆனாலும் இதில் மோசே, கோகாத்திய ஆசாரியர்கள் மற்றும் சாலொமோன் ராஜா எழுதிய சங்கீதங்களும் இடம் பெற்றிருக்கின்றன.

இந்த இருபத்திரெண்டாம் சங்கீதத்தில், இரட்சகராகிய மேசியா சரீரத்தில் நிறைவேற்றும் இரட்சிப்பைப் பற்றியும், அந்த இரட்சிப்பின் நன்மைகள் இரண்டு உடன்படிக்கைகளின் கீழும் (புது உடன்படிக்கை மற்றும் பழைய உடன்படிக்கை) எல்லா மக்களுக்கும் எவ்வாறு செயல்படும் என்பதைப் பற்றியும் தாவீது ராஜாவால் எழுதப்பட்ட வியக்கத்தக்கத் துல்லியமான தீர்க்கதரிசன சங்கீதம். மிகச்சிறிய விவரங்களைக் கூட அவன் துல்லியமாகத் தீர்க்கதரிசனம் சொல்வது ஆச்சரியமாக இருக்கிறது! கர்த்தருடைய நியாயத்தீர்ப்பின் நிகழ்வு, சிலுவையில் அறையப்பட்ட நிகழ்வு, அவரை விசுவாசிப்பவர்களின் வாழ்க்கையில் இது எவ்வாறு செயல்படும் என்பது இங்கு அழகாக விவரிக்கப்பட்டுள்ளது. இந்த சங்கீதத்தை நாம் வாசிக்கும்போது, கர்த்தராகிய இயேசு கிறிஸ்து, தேவனுடைய நியாயத்தீர்ப்பின் ஒவ்வொரு துளியையும் நம்முடைய சார்பாக அனுபவித்தார் என்பதை அறிந்து புரிந்துகொள்வது மிக முக்கியம்; அந்த நியாயத்தீர்ப்பு மனிதக்குலத்தின் தண்டனைக்கான முழு தொகையாகும் (நரகத்தில் ஒரு நித்தியம்). அவர் முந்தி நம்மிடத்தில் அன்பு கூர்ந்ததாலும், பிதாவின் சித்தத்தின் மேல் அவர் கொண்டிருந்த கணம் மற்றும் மரியாதையின் காரணமாகவும், நம்மை பிதாவினிடத்திற்குக் கொண்டு செல்லும் "ஒரு வழியை" அவர் ஏற்படுத்தினார்.

புரிந்துகொள்ளுவதற்கு எளிதாக இந்த சங்கீதத்தை மூன்று பகுதிகளாகப் பிரித்துள்ளேன்: முதலாவது பகுதி முதல் இரண்டு வசனங்கள் மற்றும் 6 லிருந்து 21 வசனங்களைக் கொண்டுள்ளது; இது நம் ஆண்டவரின் பாடுகளை விவரிக்கிறது. 3 லிருந்து 5 வசனங்கள் பழைய உடன்படிக்கையின் கீழ் வாழ்ந்த ஜனங்கள் அவரது பலியை எவ்வாறு பயன்படுத்திக்கொண்டார்கள் என்பதை விவரிக்கிறது; மேலும் 22 லிருந்து 31 வரை உள்ள வசனங்கள் பூமி நிலைத்திருக்கும் கடைசி நாள் வரை புதிய ஏற்பாட்டின் கீழ் உள்ள மக்களுக்கு வழங்கப்படும் நன்மைகளை விவரிக்கிறது.

தாவீது வழக்கமாகத் தனது சங்கீதத்தின் ராகத்தை முதலாவது அமைக்கிறான். இது "அகிலேத் ஷகார்" (விடியற்காலத்தின் மான்) என்னும் இராகத்தில் பாடப்பட்டது. இந்த இராகத்தைப்பற்றி இன்று யாரும் யோசனை செய்வார்களா என்பது சந்தேகம் தான். இந்த சங்கீதம் இரட்சகரைப் பற்றியது. அவருடைய பாடுகள் மற்றும் அவரது மகத்தான வெற்றியை விவரிக்கிறது. இந்த ராகம் ஒரு சோகமான இசையாக தொடங்கி, அநேகமாக 21வது வசனத்தில் மகிழ்ச்சியான ராகமாக மாறுகிறது என்று நான் நம்புகிறேன். இந்த சங்கீதத்தில் ஏராளமான விலங்குகள் குறிப்பிடப்பட்டுள்ளன. மான் தொடங்கி, காளைகள், சிங்கங்கள், நாய்கள், எருதுகள் ஆகியவற்றைச் சேர்த்து, ஒவ்வொன்றைப் பற்றியும் தெளிவான விளக்கங்களைத் தருகிறான் தாவீது. மான்கள் காடுகளில் வாழ்ந்தாலும், அவை மிகவும் சாதுவான விலங்குகள். அவற்றின் இயல்பு காரணமாக, அவை அடிக்கடி அரண்மனைத் தோட்டங்களில் வைக்கப்பட்டன மற்றும் செல்லப்பிராணிகளாகவும் பயன்படுத்தப்பட்டன. அவை இயல்பில் மென்மையானவை, மூலிகை உண்ணிகள், பொதுவாகக் கூட்டமாக வலம் வரும் சமூக விலங்குகள் மற்றும் எப்போதும் தீங்கு இல்லாதவை. அவற்றை வேட்டையாடுபவர்களிலிருந்து தப்பித்துக்கொள்ள அவை மாலை முதல் விடியற்காலம் வரை சுறுசுறுப்பாக இருக்கும்படி தங்களைத் தகவமைத்துக்கொள்கின்றன. பகல் நேரத்தில் குறைவாகவே சுறுசுறுப்பாக இருக்கும். பொதுவாக விடியற்காலையிலோ அல்லது மாலை நேரத்திலோ அதிகமாக உணவு எடுத்துக் கொள்கின்றன.

தேவனை காலத்தால் கட்டுப்படுத்தப்பட முடியாது அல்லது ஆளப்பட முடியாது; அவரே காலத்தையும், நேரத்தையும் ஆளுகிறார். கர்த்தராகிய இயேசு மாம்சத்தில் பூமிக்கு வந்தபோது மட்டுமே அவர் காலத்திற்கு உட்பட்டிருந்தார். கடந்த காலங்களிலிருந்து, நம்முடைய கர்த்தராகிய

இயேசுவின் பிறப்புக்கு (கி.மு) முன்போ அல்லது மரணத்திற்குப் பின்னரோ (கி.பி) பூமியில் அவர் ஒரு மனிதனாக இருந்த அனைத்தையும் மனிதக்குலம் வரலாற்றில் பதிவு செய்துள்ளது. இது தற்செயல் நிகழ்வு அல்ல, ஆனால் தேவனுடைய திட்டம் என்று நான் நம்புகிறேன்! பிரபஞ்சம் முழுவதும் நம் தேவனைச் சுற்றியே சுழல்கிறது, அவரிடமிருந்து புறப்படுகிறது. தேவனை ஒருபோதும் காலத்தாலோ இடத்தாலோ கட்டுப்படுத்த முடியாது. இரண்டும் அவருக்கே உரியவை. கர்த்தராகிய இயேசு உலகத்தோற்றமுதல் அடிக்கப்பட்ட ஆட்டுக்குட்டியானவர் (வெளிப்படுத்தல் 13:8). கர்த்தராகிய இயேசு மாம்சத்தில் பூமிக்கு வந்தபோது இது சரீரப்பிரகாரமாக அரங்கேறியது. இந்த இரட்சிப்பின் நன்மைகள் அவருடைய பூமிக்குரிய ஊழியத்திற்கு முன்பும், ஊழியத்தின் போதும், அதற்கு பின்பும் கூட எல்லா மக்களுக்கும் பகிர்ந்தளிக்கப்பட்டுள்ளது.

சங்கீதத்தில் உள்ள பொக்கிஷங்களை அறிய விரும்பும் எவருக்கும் உதவுவதற்கு நிறையத் தகவல்கள் இருந்தாலும், தனிப்பட்ட முறையில் கையடக்க வேத ஒத்திசைவைக் கொண்டு தேவனுடைய வார்த்தையை ஆராய்ந்து படிப்பதையே நான் பரிந்துரைக்கிறேன். நிச்சயமாகப் பரிசுத்த ஆவியானவரின் பரிபூரண வழிநடத்துதல் நம்முடைய தேவனுடனான உறவை உயர்த்தி வளப்படுத்தும். எனது புத்தகத்தின் நோக்கம், அனைத்து வாசகர்களின் இருதயங்களிலும், தேவனுடைய வார்த்தையை இன்னும் ஆழமாக ஆராய்ந்து படிக்க வேண்டும் என்ற விருப்பத்தைத் தூண்டுவதும், தேவனை மையமாகக் கொண்ட கனி நிறைந்த கிறிஸ்தவ வாழ்க்கையை வாழ்வதற்குத் தேவையான விவரிக்க முடியாத வெளிப்பாடுகளைப் பெற வேண்டும் என்ற ஆசையைத் தூண்டுவதாகும்.

தேவனுக்கு எல்லா மகிமையையும் கொடுத்து, இந்தப் புத்தகம் உங்களுக்குச் சங்கீதங்களில் உள்ள விலை மதிக்கமுடியாத பொக்கிஷங்களைப் பற்றிய நல்ல புரிதலைத் தரும் என்று ஜெபத்துடன் நம்புகிறேன்.

சங்கீதம் 22

1. என் தேவனே, என் தேவனே, ஏன் என்னைக் கைவிட்டீர்?
எனக்கு உதவி செய்யாமலும், நான் கதறிச் சொல்லும்
வார்த்தைகளைக் கேளாமலும் ஏன் தூரமாயிருக்கிறீர்?

2. என் தேவனே, நான் பகலிலே கூப்பிடுகிறேன், உத்தரவுகொடீர்;
இரவிலே கூப்பிடுகிறேன், எனக்கு அமைதலில்லை.

இது பரிசுத்த வேதாகமத்தில் உள்ள மனமுறியவைக்கும் வசனங்களில் ஒன்றாகும் என்று நான் கருதுகிறேன். இதை வாசிக்கும் ஒவ்வொரு முறையும் எனக்குள்ளே ஒருவிதமான வேதனையான உணர்வு இருக்கும். இதைப் பற்றி கர்த்தர் எனக்கு விளக்கிய பிறகு, "அந்த கதறல் எங்கள் கதறலானதே" என்பதை நான் புரிந்துகொண்டேன். நம்முடைய கர்த்தர் மீதான பிதாவினுடைய நியாயத்தீர்ப்பின் ஆக்கினை கெத்சமனே தோட்டத்தில் தொடங்கி, பிரதான ஆசாரியரின் வீட்டிலும், பிலாத்துவின் அரண்மனையிலும் தொடர்ந்து, சிலுவையில் கோரமான ஆறு மணிநேரங்களுக்குப் பிறகு இறுதியாக உச்சக்கட்டத்தை அடைந்தது. இந்த நிகழ்வு நான்கு சுவிசேஷங்களிலும் நன்கு விவரிக்கப்பட்டுள்ளது. ஆனால் தாவீது (சங்கீதம் 22) மற்றும் ஏசாயா தீர்க்கதரிசி (ஏசாயா 52,53) ஆகியோரால் சொல்லப்பட்ட நம்முடைய கர்த்தரைப் பற்றிய தீர்க்கதரிசனங்கள் மிகவும் தெளிவாக உள்ளன என்று நான் நம்புகிறேன். மேலும் அவை சுவிசேஷங்களை விட அவருடைய பாடுகளைத் துல்லியமாக விவரிக்கின்றன. மேசியாவின் வாழ்க்கை, மரணம் மற்றும் உயிர்த்தெழுதல் பற்றிய ஒவ்வொரு தீர்க்கதரிசனத்தையும் சுவிசேஷங்கள் உறுதிப்படுத்துகின்றன. சுவிசேஷ எழுத்தாளர்கள் பழைய ஏற்பாட்டிலிருந்து இந்த தீர்க்கதரிசனங்களை கர்த்தராகிய இயேசு அவற்றை நிறைவேற்றியதினிமித்தம் மேற்கோள் காட்டுகிறார்கள்.

தேவன் மனிதனைத் தம்முடைய சாயலில் படைத்தார். நாம் ஒரு ஆவி, ஒரு ஆத்துமாவைக் கொண்டுள்ளோம், ஒரு சரீரத்தில் வாழ்கிறோம் (முக்கூட்டு மனிதர்கள்). இது மனிதன் படைக்கப்பட்ட நாளின் உண்மையான படிநிலை மற்றும் அதன் பிறகு பிறந்த ஒவ்வொரு மனிதனுக்கும் வரைபடமாகும். நமது ஆத்துமாவும் சரீரமும் நமக்குள் இருக்கும் ஆவியால் வழிநடத்தப்பட வேண்டியிருந்தது. துரதிர்ஷ்டவசமாக, வீழ்ச்சிக்குப் பிறகு இந்த ஒழுங்கு தலைகீழாக மாறியது. மேலும் மனிதன் தனது மாம்சத்தின் ஆசைகளால் வழிநடத்தப்படுகிறான். மனிதன் தனது சொந்த ஞானத்தால் வழிநடத்தப்பட வேண்டும் என்ற மனிதனுடைய சுய தெரிந்தெடுப்பின் காரணமாகத் தேவனுடனான உறவிலிருந்து துண்டிக்கப்பட்டதால் அவனுடைய ஆவி உடனடியாக இறந்தது. இந்த ஆவிக்குரிய மரணம் இறுதியில் அவனது ஆத்துமாவிலும் சரீரத்திலும் கூட மரணத்திற்கு வழிவகுத்தது. இருப்பினும், தேவன் அவருடைய குமாரனின் மாம்சத்திலே நம்முடைய பாவத்தை ஆக்கினைக்குள்ளாகத் தீர்த்தார் என்பதை நாம் அறிவோம் (ரோமர் 8:3), அதாவது அவருடைய பாடுகள் அவருடைய ஆத்துமாவிலும், சரீரத்திலும் முழுமையாக இருந்தது. **அவர் ஆவி முற்றிலும் நீதியுள்ளதாக இருந்தது.** நமது பாவம் அவருடைய நீதியுள்ள ஆவியைத் தொடவோ, ஊடுருவவோ முடியவில்லை. ஆகையால், அவரது ஆத்துமாவிலும் சரீரத்திலும் இருந்த அவரது பாடுகள், கெத்சமனே தோட்டத்தில் அவரது ஆத்துமாவில் வேதனையுடன் தொடங்கி, அவிசுவாசியான யூதர்கள் மற்றும் ரோமர்களால் அவருக்கு வழங்கப்பட்ட சித்திரவதையால் அவரது உடலில் வேதனையைக் கொடுத்தது.

அந்த இரவில் நம் ஆண்டவர் ஏன் அத்தனை வேதனையைச் சுமந்தார்? அவருடைய இரத்தத்தின் பெருந்துளிகள் ஏன் வேர்வையாகச் சிந்தப்பட்டன? அவர் ஏன் ஒரே விண்ணப்பத்தை மூன்று முறை பிதாவிடம் ஜெபித்தார்? கடைசி பஸ்கா ஏன் உணர்வுபூர்வமாகவும், முக்கியமானதாகவும் இருந்தது? மேலே உள்ள கேள்விகளுக்கான பதில்களைப் பெறுவதற்கு முன்பு சில முக்கியமான சத்தியத்தைத் தெளிவாகப் புரிந்துகொள்ள முயல்வோம்.

மோசேயின் மூலமாக இஸ்ரவேல் புத்திரர் எகிப்தின் அடிமைத்தனத்திலிருந்து விடுவிக்கப்படுவதற்குச் சற்று முன்பு, தேவன் பஸ்காவை ஒரு நியமமாக (ஒரு அதிகாரப்பூர்வமான கட்டளை) நிறுவினார். பஸ்கா பலியிட்ட (மேசியாவின் மரணம்) பின்னரே எகிப்திலிருந்து அவர்கள் விடுவிக்கப்பட்டனர். நியாயப்பிரமாணம் இன்னும் கொடுக்கப்படாத படியினால், அவர்கள் இன்னும்

கிருபையின் காலத்தில் இருந்தார்கள். பஸ்கா அனுசரிப்பின் இந்த நியமம் "தேவனுடைய குமாரன் - மேசியா" நிறைவேற்றவிருக்கும் இரட்சிப்பின் தெளிவான மற்றும் மிகவும் புரிந்துகொள்ளக்கூடிய அனுசரிப்பாக இருந்தது. இது ஆண்டுதோறும், தவறாமல் அனுசரிக்கப்பட வேண்டியிருந்தது. மேலும் இது "தேவ ஆட்டுக்குட்டியானவருடைய இரத்தத்தின் வல்லமையை" அடையாளப்படுத்தியது. இருப்பினும், இஸ்ரவேலர் இந்த கட்டளையைக் கடைப்பிடிக்கப் பல முறை மறந்துவிட்டனர். இதன் காரணமாக அவர்கள் ஒவ்வொரு முறையும் நிறையப் பிரச்சனைகளில் தவித்தனர். பிரச்சனைகளுக்குக் காரணம் தேவன் அவர்களை தண்டித்தார் என்பதல்ல. மாறாக, இந்த நியமத்தைக் கடைப்பிடிப்பதன் மூலம் தேவன் ஏற்கனவே அவர்களுக்கு ஏற்பாடு செய்திருந்த விடுதலையை ஏற்றுக்கொள்ளவும் அதை அனுபவிக்கவும் அவர்கள் தவறிவிட்டனர். இஸ்ரவேல் மக்கள் பலமுறை கீழ்ப்படியாமலும், கட்டளையை மீறியதையும் இவை யாவற்றிலும் இருந்த தேவனுடைய உண்மையையையும் பரிசுத்த வேதாகமம் எடுத்துரைத்துள்ளது. பழைய ஏற்பாட்டுக் காலத்தில் இந்த நியமத்தைக் கைக்கொள்ளுதலின் முக்கியத்துவம் மிக முதன்மையாக இருந்தது.

கர்த்தராகிய இயேசு தமது வாழ்நாளில் ஒவ்வொரு பஸ்கா பண்டிகையையும் அனுசரித்தார், அவர் சிலுவையில் அறையப்படுவதற்கு முன்பு கடைசியாக இருந்த பஸ்கா அவருக்கு மிகவும் முக்கியமானது. அது ஏன்? இது புதிய உடன்படிக்கையின் தொடக்கப் புள்ளியாக இருந்தது. இதைக் குறித்து எரேமியா தீர்க்கதரிசி மூலம் தேவன் தீர்க்கதரிசனம் உரைத்தார் (31:31-34). அந்த தீர்க்கதரிசனம் விரைவில் அவரால் நிறைவேற்றப்படவிருந்தது. அவர்கள் எகிப்தை விட்டுப் புறப்படுவதற்கு முன்பு முதலில் நிறுவப்பட்ட பஸ்கா நியமத்திற்கு அவர் ஒரு காலத்தை வைத்திருந்தார். இத்தனை வருஷங்களாக, மேசியா செய்து முடிக்கப்போகிற வேலையைக் கடைப்பிடிக்கும் விதமாக யூதர்கள் இந்த நியமத்தைக் கைக்கொள்ள வேண்டியிருந்தது. இப்போது மேசியா இந்த நியமத்தின் யதார்த்தத்தை வெளிப்படுத்தி, 'புதிய உடன்படிக்கையை' தொடங்கினார். அது உடனடியாக நடைமுறைக்கு வரும், பூமியின் முடிவு வரை பல தலைமுறைகளுக்கு அந்த புது உடன்படிக்கை செல்லுபடியாகும். அப்பொழுது இயேசு, "இதுமுதல் இந்தத் திராட்சப்பழரசத்தை நவமானதாய் உங்களோடேகூட என் பிதாவின் ராஜ்யத்திலே நான் பானம் பண்ணும் நாள் வரைக்கும் இதைப் பானம் பண்ணுவதில்லையென்று உங்களுக்குச் சொல்லுகிறேன்" என்றார் (மத். 26:29). இங்கு நித்தியத்திற்கான மற்றொரு உடன்படிக்கை தொடங்குகிறது.

பரிசுத்த திருவிருந்து / கர்த்தருடைய பந்தி: கர்த்தராகிய இயேசு தம் சீடர்களுடன் மேல் வீட்டறையில் வைத்திருந்த இறுதி பஸ்கா விருந்து மிகவும் விலைமதிப்பற்றது. நெருப்பில் சுட்ட ஆட்டுக்குட்டி, புளிப்பில்லாத அப்பம், கசப்பான கீரைகள் ஆகியவையே பாரம்பரிய பஸ்கா பண்டிகையின் முக்கிய அம்சங்கள். இடுப்பில் கச்சையும், காலில் பாதரட்சையும், கையில் தடியும் பிடித்துக் கொண்டு துரிதமாகப் புசிக்க வேண்டும். பஸ்கா ஆட்டுக்குட்டியின் இரத்தத்தை அவர்களுடைய வீடுகளின் நிலை மற்றும் வாசல் நிலைக்கால்களில் பூச வேண்டியிருந்தது. அந்த இரவில் மரண தூதன் தனது நோக்கத்தை நிறைவேற்றிய பிறகு, கர்த்தர் எகிப்திலிருந்து தமது சேனையை வெளியே கொண்டு வருவார்.

இந்த கடைசி விருந்தில், அவர்கள் பஸ்கா சாப்பிட்டுக் கொண்டிருந்தபோது, கர்த்தராகிய இயேசு தம்முடைய பரிசுத்த திருவிருந்தை நிறுவினார். இது பழைய உடன்படிக்கையிலிருந்து புதிய உடன்படிக்கைக்கு மாறிய ஒரு தெளிவான மாற்றம். அவர் தமது பன்னிரண்டு சீடர்களுடன் இந்த திருவிருந்தில் பங்கேற்றார். இருப்பினும், இங்கு நாம் ஆராய வேண்டியது 'அப்பம்' மற்றும் 'திராட்சை ரசம்'.

"ஜீவ அப்பம் நானே; வானத்திலிருந்து இறங்கி வந்த ஜீவத்தண்ணீர் ஊற்று" என்று நம் கர்த்தர் பல இடங்களிலும், பல்வேறு காலங்களிலும் திரும்பத் திரும்ப மக்களுக்குக் கூறினார். மக்கள் ஒருவருக்கொருவர் உடன்படிக்கை செய்து கொண்டபோது, திராட்சை ரசத்திற்கு எப்போதும் முக்கியத்துவம் (யுகங்களிலிருந்து) கொடுத்தனர். கர்த்தராகிய இயேசு பஸ்காவின் முடிவாக இருந்தார். அவர் உலகத் தோற்றத்திற்கு முன்பே அடிக்கப்பட்ட ஆட்டுக்குட்டி இந்த காலத்தில் வெளிப்படுத்தப்பட்டார். இப்போது அவர் இந்த பஸ்கா நியாயத்தை சில தருணங்களில் நிறைவேற்றப் போகிறார். அவர் தமக்குப் பிரியமானவர்களுடன் ஒரு புதிய உடன்படிக்கையைச் செய்தார். அது உலகத்தின் முடிவு வரை இருக்கும். இன்னும் சில மணி நேரங்களில், ஆதாம் தொடங்கி இந்த உலகத்திலுள்ள ஒவ்வொரு மனிதனுக்காகவும் அவர் சாட்டையால் அடிக்கப்படுவார், நொறுக்கப்படுவார், பரிகாசம் செய்யப்படுவார், வெறுக்கப்படுவார், சிலுவையில் அறையப்படுவார். அவர் பிதாவாகிய தேவனுக்கு முன்பாக மனிதக்குலத்தைப் பிரதிநிதித்துவப்படுத்தப் போகிறார், மேலும் மனிதக்குலத்திற்கு வரவேண்டிய முழுமையான ஆக்கினையையும் தண்டனையையும் பிதாவிடமிருந்து பெறப் போகிறார்.

கெத்சமனே தோட்டத்தில், 'உம்முடைய சித்தத்தின்படியே ஆகக்கடவது' என்று அவர் சொன்னபடியே, மனுகுலத்தின் பாவங்கள் அனைத்தும் அவர் மீது சுமத்தப்பட்டன. இந்த சத்தியத்தைப் பிரதிநிதித்துவப்படுத்த, அவர் அன்று இரவு அப்பத்தை எடுத்து, ஆசீர்வதித்து, அதைப் பிட்டு, தம்முடைய சீடர்களுக்குக் கொடுத்தார். அவர் நம்முடைய பாவங்களை மாத்திரமல்ல, வியாதி, நோய், மனச்சோர்வு, தரித்திரம் போன்ற அதன் எல்லா விளைவுகளையும் தம்முடைய மாம்சத்தின் மீது சுமந்தபோது, அவருடைய சரீரம் நமக்காக நொறுக்கப்பட்டது என்கிற இந்த **சத்தியத்தை** இந்த அப்பம் பிரதிநிதித்துவம் செய்கிறது. அப்பத்தைப் புசிப்பதன் மூலம், நமக்காக அவர் பலியானதை நினைவு கூறுகிறோம். மேலும் இந்த உண்மையைச் சரீரத்திலும் ஆவியிலும் அனுபவிக்கிறோம். அவர் நம்முடைய பரிபூரண பிரதிநிதி என்றும், எப்பொழுதும் நம்முடைய முழுமையான பரிகாரி என்றும் நாம் பிரடகனப்படுத்துகிறோம். ஆக்கினை முழுவதும் அவர் ஏற்றுக் கொண்டார். இந்த உலக வரலாற்றில் நம் ஆண்டவரைப் போன்ற கொடூரமான மரணத்தை வேறு யாரும் அனுபவித்ததில்லை. சுவிசேஷங்கள் அவரது சித்திரவதை (கசையடி, பரிகாசம், சிலுவையில் அறைதல்) பற்றிய விவரிப்பில் கட்டுப்படுத்தப்பட்டுள்ளன. ஆனால் இவை அனைத்தின் தீவிரத்தையும் புரிந்து கொள்ள, நாம் அதை மேலும் ஆராய்ச்சி செய்ய வேண்டும். மேலும் ஒப்பீட்டிற்காகக் காலங்காலமாக நடைமுறையில் உள்ள பல்வேறு வகையான மரண தண்டனைகளையும் ஆராய்ச்சி செய்ய வேண்டும். சிலுவை மரணம் பற்றிய எனது ஆராய்ச்சியைப் பின்னர் பகிர்ந்து கொள்கிறேன்.

சீடர்கள் அப்பத்தை புசித்த பிறகு, கர்த்தர் திராட்சை ரசம் இருந்த அவருடைய பாத்திரத்தை எடுத்தார். இந்த திராட்சரசம் அவருடைய மாம்சம் சிதைக்கப்படுகையில் சிந்தப்படும் அவருடைய இரத்தத்தைக் குறிக்கிறது. ஒவ்வொரு மனிதனின் சார்பாகவும் அவர் அடைந்த ஆக்கினையை அவர் சுமந்ததைக்குறிக்கிறது என்று அவர்கூறினார். நான் என்ன சொல்லப்போகிறேன் என்பதை புரிந்துகொள்வது மிகவும் முக்கியம். பழைய உடன்படிக்கையின்கீழ், பாவம் இரத்தத்தினால் 'மூடப்பட்டிருந்தது'. ஆனால், புதிய உடன்படிக்கையின் கீழ், பாவம் 'நீக்கப்படுகிறது'! இதைத்தான் அவருடைய சிந்தப்பட்ட இரத்தம் நிறைவேற்றியது. பழைய உடன்படிக்கையின் கீழ், பாவநிவர்த்திக்காக ஒரு ஆட்டுக்குட்டி பலியிடப்பட்டது. அதன் இரத்தம் ஒரு பாத்திரத்தில் சேகரிக்கப்பட்டது, இஸ்ரவேல் முழுவதையும் பிரதிநிதித்துவப்படுத்தும்

பிரதான ஆசாரியன் இந்த இரத்தத்துடன் மகா பரிசுத்த ஸ்தலத்திற்குள் பிரவேசிப்பான், அதுவும் வருடத்திற்கு ஒரு முறை மட்டுமே. அந்த இரத்தத்தை உடன்படிக்கைப் பெட்டியில் உள்ள கிருபாசனத்தின் மீது தெளிப்பான். மனிதன் தேவனுக்கு முன்பாக நிற்கக்கூடிய ஒரே நேரம் அதுதான். அதுவும் நேரடியாக அல்ல. எபிரெயர் அதிகாரம் 9-ல் கர்த்தராகிய இயேசு தம்முடைய இரத்தத்தைச் சிந்தியதன் மூலம் என்ன சாதித்தார் என்பதற்கான விரிவான விளக்கத்தை பார்க்கமுடிகிறது. அவர் சிந்திய இரத்தத்தின் ஒவ்வொரு துளியும் நம்மைக் கழுவி, சுத்திகரித்து, பனியைப் போல வெண்மையாக்கி, நம்மைக் குணமாக்கி, விடுவித்து, நமது ஆவியிலும், ஆத்துமாவிலும், சரீரத்திலும் நிறைவான ஜீவனைக் கொடுத்தது. நம் பாவம் காணப்படவில்லை; **அது முற்றிலும் நீக்கப்பட்டது!** இன்று, அவர் நமது உண்மையுள்ள பிரதான ஆசாரியராகப் பிதாவுக்கு முன்பாக நிற்கிறார். கிருபாசனத்தில் தம்முடைய சொந்த இரத்தத்தைத் தெளித்தார். இது நாம் அவருடைய பிள்ளைகள் என்பதற்கு பலம்வாய்ந்த, நிலையான, பயனுள்ளது என்பதை நினைவில் வைத்துக்கொள்ள போதுமானதாகும்.

பாவங்கள் 'மூடப்படுவதற்கும்' மற்றும் 'நீக்கப்படுவதற்கும்' இடையே உள்ள வித்தியாசத்தைப் புரிந்து கொள்ள இந்த உதாரணத்தை வாசியுங்கள். தவறு செய்த திருடன் கைது செய்யப்பட்டு நீதிபதி முன் நிறுத்தப்பட்டால் நீதிமன்றம் அவனைத் தண்டிக்கும். அவன் தனது தண்டனையை அனுபவிப்பான் அல்லது நீதிமன்றத்தால் விதிக்கப்பட்ட தண்டனையை அனுபவிப்பான். அவன் சிறையில் தனது காலத்தை அனுபவித்த பிறகு விடுவிக்கப்படுவான். அதே தவறுக்காக மீண்டும் விசாரிக்கப்பட முடியாது (அவன் அதை மீண்டும் செய்யாவிட்டால் அல்லது அதை விட மோசமான ஒன்றைச் செய்யாவிட்டால்). இருப்பினும், அவனது குற்றம் இன்னும் அவனது கடந்த காலத்தின் ஒரு பகுதியாக இருப்பதால் நினைவுகூரப்படும். தண்டனை வழங்கப்பட்டாலும் கறை நீங்கவில்லை. இது பாவங்கள் மறைக்கப்படும் என்ற கருத்துக்கு ஒத்ததாகும். பழைய உடன்படிக்கையின் கீழ், பலியிடப்பட்ட மிருகம் அதன் மரணத்தின் மூலம் மனிதனின் பாவத்திற்காகப் பரிகாரமாகச் செலுத்தப்பட்டது. அதன் இரத்தம் தேவனுடைய கண்களுக்கு முன்பாக பாவத்தை மட்டுமே மூடியது. எனினும், மேசியாவின் பலி, அதாவது கர்த்தராகிய இயேசு கிறிஸ்துவின் சிந்தப்பட்ட இரத்தத்தின் வல்லமையினால் பாவம் முற்றிலும் நீக்கப்பட்டது. இப்போது, கர்த்தராகிய இயேசு கிறிஸ்துவின்

மூலம் இரட்சிப்பைப் பெற்றவர்களின் பாவங்கள் இனி ஒருபோதும் நினைவுகூரப்படப்போவது இல்லை. தேவன் நம்முடைய பாவங்களை நமக்கு விரோதமாக ஒருபோதும் நினைவில் வைத்திருக்க மாட்டார், இனி கறை என்பது இல்லை.

யூதர்கள் பொறாமை மற்றும் வெறுப்பின் காரணமாக நம் ஆண்டவரைக் குறிவைத்தனர். அவர்கள் தங்கள் சொந்த நோக்கங்களை நன்கு அறிந்திருந்தனர். அவர் தேவனுடைய குமாரன் என்று அவர்கள் அறிந்திருந்தார்கள் (மத்தேயு 21:33-46). மறுபுறம், பொந்தியு பிலாத்துவும், ஏரோதுவும் நம் ஆண்டவர் மீது சுமத்தப்பட்ட அனைத்து குற்றச்சாட்டுகளிலிருந்தும் அவர் குற்றமற்றவர் என்பதை அறிந்திருந்தனர், மேலும் அவர் குற்றமற்றவர் என்றும் அறிவித்தனர். கருவுற்ற காலம் முதல் அவரது பிறப்பு, அவரது வளர்ப்பு, அவரது பூமிக்குரிய ஊழியத்தின் மூன்றரை ஆண்டுகள் வரை, அவருக்குத் தீங்கு செய்யும்படிக்கு ஒரு நபர் கூட அவர் மீது விரலையும் வைக்கமுடியவில்லை. பிதா அவருக்கு அளித்த பாதுகாப்பு அத்தகையது. இந்த பொல்லாத மனிதர்கள் அவரைத் தொட நினைத்த நேரம், கர்த்தர் பிதாவுடைய சித்தத்திற்குத் தம்மை அர்ப்பணித்ததால் பிதா அந்த நேரத்தை நம்முடைய பதிலீடாக அனுமதித்தார். இது கெத்சமனே தோட்டத்தில் தொடங்கியது. 'உம்முடைய சித்தத்தின்படியே ஆகக்கடவது' என்று அவர் சொன்ன அந்த நேரத்தில், யூதாஸ் ஸ்காரியோத்து ஆயுதமேந்திய ஆட்களுடன் அந்த இடத்திற்கு வந்தான்.

மனிதக்குலம் முழுவதற்கும், அவர்கள் சார்பாக தம்முடைய கீழ்படிதல் மூலமாக தம்முடைய சரீரம் சிதைக்கப்பட்டு தம்முடைய இரத்தத்தைச் சிந்துதல் மட்டுமே மனிதக்குலம் பிதாவை அடைவதற்கான ஒரே வழி, என்பதை ஆண்டவர் இயேசு அறிந்திருந்தார். மன்னிக்கப்பட வேண்டியது ஒரு அம்சமாக இருந்தாலும், அதே நேரத்தில், மனந்திரும்பி ஒரு சிறந்த வாழ்க்கையை வாழத் தேவனுடைய அனுக்கிரகம் வழங்கப்படுவது முற்றிலும் மற்றொரு அம்சமாகும். கர்த்தரை விசுவாசிக்கிற நாம் பெற்றுக்கொண்டது இதுவே; **நம்முடைய பாவங்களுக்கெல்லாம் மன்னிப்பும், தேவனை மையமாகக் கொண்ட வாழ்க்கையை வாழத் தேவையான கிருபையும்!** கடைசி பரிசுத்த பந்திக்கு பிறகு ஒவ்வொருவரும் அவரிடத்தில் தங்கள் விசுவாசத்தையும் நட்பையும் ஒப்படைப்பதாக ஆணையிட்டபோது (மத்தேயு 26:35), அவர் அவர்களில் மூன்று பேரை தம்மோடு ஜெபிக்க கெத்செமனே தோட்டத்திற்கு அழைத்துச் சென்றார். தங்கள் விசுவாச உறுதிமொழியை நிறைவேற்ற அவர்கள் செய்யக்கூடிய

குறைந்தபட்ச செயல், விழித்திருந்து அவரோடேகூட ஜெபித்திருக்கலாம். அவர் மூன்று முறை திரும்பி வந்தபோது, மூன்று முறையும் அவர்கள் உறங்குவதை கண்டார். கர்த்தரை உற்சாகப்படுத்த அவர்களால் ஒரு மணி நேரம் கூட விழித்திருக்கவில்லை. முதலாவதாக, என்ன நடந்து கொண்டிருக்கிறது என்பதன் தீவிரத்தை அவர்கள் அனைவரும் புரிந்து கொள்ளவில்லை. கர்த்தருக்கு தங்கள் சொந்த பலத்தில் காரியங்களை நிறைவேற்றுவதைப் பற்றி தற்பெருமை கொள்ளும் ஒவ்வொரு நபரின் நிலையும் இதுதான். அவர்கள் எப்போதும் தோல்வியடைகிறார்கள். **தேவனுடன் ஒரு வெற்றிகரமான உறவைக் கொண்டிருப்பதன் ரகசியம், நமக்காக அவர் கொண்டிருந்த அவருடைய அன்பையும், தியாகத்தையும் பற்றிப் பேசுவதாகும். நாம் கொண்டிருக்கும் அன்பைப் பற்றி அல்ல.** அவருடைய கிருபையினால் நாம் அதிகாரம் பெறாவிட்டால் நம்மால் ஒன்றும் செய்ய முடியாது. நம்மை நாமே மேன்மைப்பாராட்டிக் கொள்ள இங்கு இடமில்லை.

பிதாவின் சித்தத்திற்கு ஒப்புக்கொடுத்தபோது, கர்த்தராகிய இயேசு கிறிஸ்து தம்மீது சுமந்த பாவத்தின் ஆக்கினையை நாம் இப்பொழுது புரிந்துகொள்வோம். பிறப்பு முதல் இறப்பு வரை இந்த உலகில் பிறந்த ஒவ்வொருவரின் பாவங்களும் (ஆதாம் முதல் கடைசி மனிதன் வரை, அதாவது இனி பிறக்கப்போகும் மனிதனுக்காகவும்) முற்றிலுமாக அவர் மீது சுமத்தப்பட்டன. நமக்கு ஒரு இரட்சகர் இல்லையென்றால், நாம் அனைவரும் நித்திய நரகத்தில் எரிக்கப்பட்டிருப்போம் (நித்தியம் ஒருபோதும் முடிவதில்லை). இந்த நித்திய தண்டனையின் விளைவுகள் வீழ்ச்சியின் ஒரு பகுதியாகும். இதில் வியாதிகள், நோய், வலி, வறுமை, தனிமை, மனச்சோர்வு போன்றவை அடங்கும். இவை அனைத்தும் சுமார் பதினெட்டில் இருந்து இருபது மணி நேரம் அவர் மீது சுமத்தப்பட்டன. **தேவனுடைய நியாயத்தீர்ப்பின் முழுமையும் அவர் மீது சுமத்தப்பட்ட பின்னரே "எல்லாம் முடிந்தது" என்று அவர் சத்தமிட்டார்!** தெளிவாகச் சொல்லவேண்டுமென்றால், தேவனிடமிருந்து வரும் பாவத்திற்கான நியாயத்தீர்ப்பு அல்லது தண்டனை இனி ஒருபோதும் நமக்கு இல்லை. **கர்த்தராகிய இயேசு கிறிஸ்துவின் மூலம் இரட்சிப்பை நிராகரிப்பவர்கள் (இந்த மீட்பு வழங்கப்பட்ட பிறகு) நரகத்தில் நித்தியத்திற்குள் நித்திய காலமாய் தள்ளப்படுவார்கள்** (யோவான் **16:8-9**). இதற்குப் பின்னர் அவர் தம்முடைய ஆவியைப் பிதாவின் கரங்களில் ஒப்புக்கொடுத்து தமது இறுதி மூச்சை விட்டார். அவர் முற்றிலும்

தேவன், அதே நேரம் முழுவதுமாக அவர் மனிதனும் கூட. அவரைப் போன்ற விலையேறப்பெற்ற மீட்பை வேறு யாராலும் வழங்கியிருக்க முடியாது. பிதா அங்கேயே பனிரெண்டு லேகியோன்களுக்கு மேற்பட்ட தேவதூதர்களுடன், கர்த்தராகிய இயேசு கேட்டிருந்தால், அவரை விடுவித்திருந்திருக்கமுடியும். ஆயினும், அன்பான கீழ்ப்படிதலுள்ள தேவ ஆட்டுக்குட்டியாகிய நம்முடைய கர்த்தராகிய இயேசு கிறிஸ்து பிதாவினிடத்திற்கு செல்வதற்கான வழியை மனிதக்குலத்திற்கு ஸ்தாபிப்பதிலிருந்து ஒருபோதும் பின்வாங்கவில்லை. எந்த நேரத்திலும் பின் வாங்கிக்கொள்ள அவருக்கு வாய்ப்பு இருந்தது, ஆனால் ஒருபோதும் அவர் அப்படிச் செய்யவில்லை (எபிரெயர் 11:35). தோட்டத்தில், 'உம்முடைய சித்தத்தின்படியே ஆகக்கடவது' என்று அவர் சொன்னபோது அவர் கிருபைக்காக ஜெபித்தார் என்று நான் நம்புகிறேன். வானத்திலிருந்து ஒரு தூதன் தோன்றி, அவரைப் பலப்படுத்தினான் (லூக்கா 22:42-43); எல்லாவற்றிற்கும் மேலாக, சில நிமிடங்களுக்கு முன்பு அவருக்கு தங்கள் விசுவாசத்தைச் சத்தியம் செய்த சீஷர்களோ ஆழ்ந்த தூக்கத்தில் இருந்தனர்!

எபிரெயர் 9:16,17 கூறுகிறது, 'ஏனென்றால், எங்கே மரணசாதனமுண்டோ, அங்கே அந்தச் சாதனத்தை எழுதினவனுடைய மரணமும் உண்டாகவேண்டும். எப்படியெனில், மரணமுண்டானபின்பே மரணசாதனம் உறுதிப்படும்; அதை எழுதினவன் உயிரோடிருக்கையில் அதற்குப் பெலனில்லையே.' கர்த்தராகிய இயேசு தம்முடைய எல்லா சீஷர்களுடனும் (நம்மையும் சேர்த்து) புதிய உடன்படிக்கையை ஏற்படுத்தினார். பின்னர், அதை நடைமுறைப்படுத்த, அவர் சிலுவை மரணத்திற்குத் தம்மைத்தாமே ஒப்புக்கொடுத்தார். ஆகையால், அவருடைய உடன்படிக்கை (பரிசுத்த திருவிருந்தை ஆசாரிப்பதன் மூலம் அறிவிக்கப்பட்டது) நம் எல்லோருடைய வாழ்க்கையிலும் பரிபூரணமாகப் பலன் செய்கிறது. ஒவ்வொரு முறையும் நாம் அதில் **பங்கேற்கும்போது**, நாம் **"அடிக்கடி"** அவரது சிலுவை மரணத்தை நினைவுகூருகிறோம். நாம் ஏற்கனவே மீட்கப்பட்டுள்ளோம்! இது அவரது முடிக்கப்பட்ட வேலை மற்றும் அவர் நமக்காக வெற்றி சிறந்த சிறப்பான அறிவிப்பு. இது பிதாவிற்கும், கர்த்தராகிய இயேசு கிறிஸ்துவிற்கும் மற்றும் நமக்கும் இடையிலான உடன்படிக்கை. இந்த உடன்படிக்கையில் தலையிட வேறு யாருக்கும் உரிமை வழங்கப்படவில்லை. நாம் பெறும் மற்றும் ஏற்றுக்கொள்ளும் வெளிப்பாட்டின் அடிப்படையில், **"அடிக்கடி"** என்பதை வரையறுக்கிறோம். இது வருடத்திற்கு

ஒரு முறை, ஒரு மாதத்திற்கு ஒரு முறை, வாரத்திற்கு ஒரு முறை அல்லது ஒவ்வொரு நாளும் கூட இருக்கலாம்! இந்த அழகான மற்றும் வல்லமையான உடன்படிக்கையைக் குறித்து கர்த்தர் உங்களுக்கு அறிவூட்டுவார் என்று நான் ஜெபிக்கிறேன். இதை அனுதினமும் கவனித்து, அவரது முடிக்கப்பட்ட செயலையும், அவர் நமக்காக வெற்றி சிறந்ததையும் கொண்டாடுவதில் நான் மகத்தான பெலனைக் கண்டிருக்கிறேன்.

கர்த்தராகிய இயேசு பிதாவிற்குப் பிரியமான ஒரே பேரான குமாரன். தேவன் அவரை எந்த நேரத்திலும் கைவிடுவதற்கு வாய்ப்பே இல்லை. புதிய உடன்படிக்கையின் மகத்துவத்தை நாம் இப்போது புரிந்துகொண்டபடியால், **"அந்த கதறல் எங்கள் கதறலானதே"** என்ற உண்மையை புரிந்துகொள்ளலாம். அவர் மூலமாகச் சிலுவையில் நம்முடைய குரல்கள் அனைத்தும் தொனிக்கப்பட்டன. தேவன் தம் ஒரே பேரான குமாரனை ஒருபோதும் கைவிட மாட்டார். அவர் சிலுவையில் நமக்காக நம்முடைய சார்பில் தொங்கினவர்! எனவே, மனிதர் இறந்து மனிதக்குலம் அனைவருக்கும் பதிலாக நின்றார். அவர் எந்தப் பாவமும் அறியாதவர். மனிதர்கள் ஏற்றுக்கொள்கிறார்களோ இல்லையோ, மொத்த விலையையும் அவர் செலுத்தினார். ஆனால் அவருடைய பரிபூரண பலியை முழு இருதயத்தோடு பெற்று அறிக்கையிடுகிறவர்களின் வாழ்க்கையில் மட்டுமே இந்த இரட்சிப்பு பலனளிக்கும்.

'ஏன் என்னைக் கைவிட்டீர்?' என்பதன் பொருள் என்ன? இதைப் புரிந்துகொள்ள, தேவனுடைய பரிசுத்தமான மற்றும் நீதியான தன்மையை நாம் புரிந்து கொள்ள வேண்டும். தேவன் பரிசுத்தர், மகா பரிசுத்தர், மும்மடங்கு பரிசுத்தர்! அவர் நீதியுள்ளவர், மிகவும் நீதியுள்ளவர்! தேவனுடைய இந்த இரண்டு குணாதிசயங்கள் காரணமாக, பாவத்தைக் அப்படியே தட்டிக்கழிக்க முடியாது. அது சமாளிக்கப்பட வேண்டும், அது தண்டிக்கப்பட வேண்டும். பாவமில்லாத இரத்தத்தைச் சிந்துவதே இதை நிறைவேற்றக்கூடிய ஒரே வழி. ஆதாமோ, அவனைப் போன்றவர்களோ, இந்த இரத்தத்தைக் கொடுக்க வழியே இல்லை. ஏனென்றால் ஒவ்வொரு நபரும் பிறக்கும்போதே பாவியாகப் பிறக்கிறார்கள். தாவீது சொன்னான், 'இதோ, நான் துர்க்குணத்தில் உருவானேன்; என் தாய் என்னைப் பாவத்தில் கர்ப்பந்தரித்தாள்' (சங். 51:5) என்று. இது ஆதாம் ஏவாளிடமிருந்து நமக்குக் கிடைத்த சுதந்தரம். இருப்பினும், கர்த்தராகிய இயேசுவின் கருத்து முற்றிலும் வேறுபட்டது (வார்த்தை மாம்சமாக மாறியது - முழுமையாகத் தெய்வீகமானது). அவர்

ஒரு கன்னியின் (முழு மனிதன்) மூலம் இந்த உலகத்தில் அவதரித்தார். யோசேப்பின் விந்துக்கோ, மரியாளின் கருமுட்டைக்கோ, இதில் எந்தப் பங்கும் இல்லை. மரியாளிடமிருந்து பாலகன் இயேசுவுக்கு இரத்தம் அல்லது மரபணு பரிமாற்றம் செய்யப்படவில்லை. தேவன் தம்முடைய வார்த்தையால் ஆதாமை மண்ணிலிருந்து படைத்த விதத்தைப் போலவே, கர்த்தராகிய இயேசு மரியாளின் வயிற்றில் அதே வார்த்தையால் அவர் கருத்தரிக்கப்பட்டார்! தேவன் தாமே இதை ஏற்படுத்தினார். எனவே தேவன் இந்த உலகத்தில் ஒரு மனிதனாகப் பிறந்தார் - ஆண்டவர் இயேசு கிறிஸ்து, ஜீவனுள்ள தேவனுடைய குமாரன். நம்முடைய பாவங்களெல்லாம் அவருடைய மாம்சத்தின் மீது (உண்மையான மாம்சம்) சுமத்தப்பட்டன. ஆனால் அவருடைய இரத்தமும் ஆவியும் முற்றிலும் தூய்மையானவை. எனவே அவரை விசுவாசிக்கும் ஒவ்வொரு மனிதனையும் எல்லா பாவங்களிலிருந்தும் சுத்திகரிக்கும் திறன் அவருடைய இரத்தத்திற்கு உள்ளது. இது அனைத்து மனிதக்குலத்தின் பாவத்தையும் சுத்திகரிக்கும். அதே இரத்தத்துடன், அவர் பிதாவின் முன்னிலையில் பிரவேசித்து கிருபாசனத்தின் மீதும் தெளித்தார். பிதாவுக்கும் மனிதனுக்கும் இடையில் உள்ள இடைவெளியைச் சரிசெய்ய ஒரே வழி இதுதான். இதுதான் தேவனுடைய ஞானம்!

இந்தப் பாத்திரம் தம்மைவிட்டு நீங்க வேண்டும் என்று நம் ஆண்டவர் கேட்டுக் கொண்டபோது, பிதாவால் அதற்கு இணங்க முடியவில்லை. ஏனென்றால் இதைத் தவிர வேறு வழியில்லை! பாவம் கையாளப்பட வேண்டியிருந்ததாலும், அந்த பாவத்தின் வல்லமை நித்தியத்திற்கும் அழிக்கப்பட வேண்டியிருந்ததாலும், இந்த கைவிடுதல் நடந்தது. இந்த சத்தியத்தின் அருமையை நாம் அனைவரும் உணர்ந்து கொண்டால் நம்முடைய கர்த்தர் மூலமாக நமக்கு இந்த மீட்பை நிறைவேற்றியதற்காக நாம் தேவனுக்கு எப்போதும் நன்றியுள்ளவர்களாக இருக்க வேண்டும்

ஆண்டவராகிய இயேசு சிலுவையில் தவிர்த்து வேறு எந்த நேரத்திலும் நம்முடைய பிதாவாகிய தேவனைத் 'தேவன்' என்று அழைத்ததில்லை. அவர் எப்போதும் அவரை "என் பிதா" என்று தான் அழைப்பார். சிலுவையில் எழுப்பப்பட்ட அந்த இறுதி குரல், பாவமுள்ள, நம்பிக்கையற்ற, துன்பத்தால் நிறைந்த மனிதக் குரல் ஆண்டவர் வாயிலாக ஒலித்தது. கர்த்தராகிய இயேசு சிலுவையில் நூறு சதவீதம் நமது பிரதிநிதியாக இருந்து, நம்முடைய நூறு சதவீதம் பாவங்களைச் சுமந்தார் என்பதை நாம் ஒரு கணமும

மறந்துவிடக்கூடாது. அவரிடத்தில் எந்தப் பாவமும் இல்லை. அவர் நமக்கு மாற்றாக இருந்தார். எனவே, அவருக்கும் பிதாவுக்கும் இடையே ஏதோ பிரச்சினையின் விளைவாகக் கர்த்தராகிய இயேசுகிறிஸ்துவுக்கு இத்தகைய துன்பமும் ஏற்பட்டது என்று நாம் சொல்லிவிடவோ கருதவோ முடியாது. இது நம்மால் அவருக்கு ஏற்பட்ட துயரம், நம்பிக்கையின்மை மற்றும் வேதனை.

வசனம் இரண்டில் 'பகல்' மற்றும் 'இரவு காலம்' என்ற வார்த்தைகளைக் குறிப்பிடுகிறது. இரண்டும் ஒருமையில் இருப்பதைக் கவனியுங்கள். நம்முடைய கர்த்தராகிய இயேசு தம்முடைய சீடர்களோடு புதிய உடன்படிக்கையை ஸ்தாபித்தவுடனேயே, கெத்சமனே தோட்டத்தில் அவருடைய பாடுகள் ஆரம்பமாயின. தோட்டத்தில் (இரவு காலம்) தொடங்கி மறுநாள் (பகல்) பிற்பகல் மூன்று மணி வரை அதாவது சிலுவையில் அறையப்பட்டது வரை, நமது பாவங்களுக்கான கிருபாதாரபலி என்ற அவரது நியமிப்பு நிறைவடைந்தது. இந்த நேரத்தில், பிதாவும் அவருடைய தூதர்களும் அவருடன் இருந்தனர்; ஆனால் அந்த நேரத்தில் தேவனுடைய மீட்பின் திட்டம் நம்முடைய கர்த்தரின் முழு கீழ்ப்படிதலினால் நடந்து கொண்டிருந்ததால் அவர்களால் எதையும் மாற்ற முடியவில்லை. தேவன் தமது மகத்தான இரக்கத்தில், மனிதக்குலத்தின் நித்திய தண்டனை மற்றும் ஆக்கினைகள் அனைத்தையும் ஒரே இரவிலும் ஒரு பகலிலும் (பதினெட்டில் இருந்து இருபது மணிநேரம்) நிறைவேற்றினார், நம் கர்த்தராகிய இயேசு கிறிஸ்து அனைத்து பாடுகளையும் ஏற்றுக்கொண்டார்.

6. நானோ ஒரு புழு, மனுஷனல்ல; மனுஷரால் நிந்திக்கப்பட்டும், ஜனங்களால் அவமதிக்கப்பட்டும் இருக்கிறேன்.

7. என்னைப் பார்க்கிறவர்களெல்லாரும் என்னைப் பரியாசம்பண்ணி, உதட்டைப் பிதுக்கி, தலையைத் துலுக்கி:

8. கர்த்தர்மேல் நம்பிக்கையாயிருந்தானே, அவர் இவனை விடுவிக்கட்டும்; இவன்மேல் பிரியமாயிருக்கிறாரே, இப்பொழுது இவனை மீட்டுவிடட்டும் என்கிறார்கள்.

சங்கீதக்காரனும், ஏசாயா தீர்க்கதரிசியும் நம் ஆண்டவரின் பாடுகளை வெளிப்படையாக விளக்குகிறார்கள். அவை மிகவும் தெளிவாகவும்

துல்லியமாகவும் உள்ளன. மேசியாவைப் பற்றிய அவர்கள் எடுத்துரைத்த தீர்க்கதரிசனங்களின் சிறிய விவரங்களையும் சுவிசேஷங்கள் உறுதிப்படுத்துகின்றன. அவர்கள் பேசிய தீர்க்கதரிசனங்கள் இணையாகவும் ஒன்றையொன்று பூர்த்தி செய்வதாகவும் இருக்கின்றன.

மேலே விளக்கப்பட்டபடி, நம்முடைய கர்த்தர் அவருடைய எல்லா பாடுகளிலும் நமக்கு மாற்றாக இருந்தார். நித்திய கோபம் மற்றும் நியாயத்தீர்ப்பின் இடமான - நமக்கு உரிமையாகவும் தகுதியாகவும் இருந்த அதாவது நாம் நிற்க வேண்டிய இடத்தில் அவர் நின்றார். ஆகையால், இங்குப் பேசப்படும் ஒவ்வொரு வார்த்தையும் அவர் சிலுவையில் தொங்கினதிலிருந்து, நம்முடைய தண்டனையை ஏற்றுக்கொண்ட நிலையை எடுத்துரைக்கிறது.

இங்கே 'புழு' என்ற வார்த்தையை உங்கள் கவனத்திற்குக் கொண்டு வருகிறேன். வேதாகமத்தில் உள்ள இந்த வார்த்தை எப்போதும் அழிவு, சிதைவு மற்றும் நரகத்துடன் தொடர்புடையது. அவை சிதையக்கூடியவை, வெறுக்கப்படதக்கவை, அழுகல் மற்றும் சிதைவிற்கு உள்ளாகுபவை. நரகத்திலும் ஆதிக்கம் செலுத்துபவை! (மாற்கு 9:44, 46, 48). கர்த்தராகிய இயேசு அதே அத்தியாயத்தில் புழுக்களைப் பற்றிய ஒரு மேற்கோளை மூன்று முறை மீண்டும் கூறுகிறார்:

<blockquote>
"அங்கே அவற்றின் புழு சாவாமலும்,
அக்கினி அவியாமலும் இருக்கும்"
</blockquote>

நரகத்திலும் கூட இந்த நெளிந்த உயிரினங்கள் ஆக்கிரமித்திருந்தது. நம்முடைய பாவங்களின் காரணமாக, கர்த்தராகிய இயேசு சிலுவையில் இத்தகைய உணர்ச்சி வேதனைக்கு உட்படுத்தப்பட்டார். அவர் சிலுவையில் அனுபவித்தது நரகத்தின் கொடூரமான தண்டனையே. ஒரு புழு நரகத்தின் நெருப்பிலிருந்து தப்பிக்க முடியும் என்பது உண்மையில் எனக்கு மிகவும் ஆச்சரியமாகவும் ஆர்வமாகவும் உள்ளது. இது குறித்து சற்று சிந்திக்க வேண்டும். கசையடிகள், சாட்டையடிகள் இவற்றின் கயிறுகளின் முனையில் உலோகத் துண்டுகள் மற்றும் எலும்புத் துண்டுகள் இணைக்கப்பட்டிருந்தன. பரிகாசம், கிண்டல், சோர்வு, சரீர, ஆத்தும மற்றும் உச்சக்கட்ட மன வலி போன்ற ஒன்றும் ஒருபோதும் அவரை வீழ்த்த முடியவில்லை. மேலும், அவருடைய சரீரத்தின் ஒவ்வொரு எலும்பும் வெளியே தெரிந்தது. ஆனால் ஒன்று கூட முறிக்கப்படவில்லை என்று அந்த வார்த்தை கூறுகிறது. அவர் தசைகள்

பிய்க்கப்பட்டது, எலும்பு தெரியுமளவிற்கும் வலி மற்றும் அவமானத்தின் அதிகபட்ச கொடுமையை சிலுவையில் அனுபவித்தார். ஆனாலும், அவற்றின் விளைவுகளால் அவர் மரிக்கவில்லை! அவர் அனுபவித்த வேதனையில் ஒரு சிறு பகுதியையாவது அனுபவித்த எவராவது உயிருடன் இருந்திருக்க முடியுமா என்பது சந்தேகமே. அது மனிதனால் இயலாத காரியம். ஆயினும் இவ்வளவு பெரிய பாடுகளின் மத்தியில், கர்த்தராகிய இயேசு நரகத்தின் அக்கினியில் ஒரு புழுவைப் போல உயிருடன் இருந்தார். தேவனிடமிருந்து வந்த நியாயத்தீர்ப்பு மற்றும் தண்டனைகள் அனைத்தையும் அவர் அனுபவித்த பின்னரே, அவர் தம்முடைய நீதியுள்ள ஆவியைப் பிதாவின் கரங்களில் ஒப்புக்கொடுத்து தமது ஜீவனைக் விட்டார். அவருடைய ஜீவனைக் கொடுத்து அதைத் திரும்ப எடுத்துக்கொள்ளும் வல்லமை அவருடைய கரங்களிலிருந்தது (யோவான் 10:17,18). கர்த்தராகிய இயேசு தம்முடைய அழைப்பை நிறைவேற்றப் பிதாவிடமிருந்து எல்லா கிருபைகளையும் பெற்றிருந்தார்.

அவர் மனிதர்களின் பழிசொல்லுதலுக்கும் ஆளானார். வசனத்தையும், தீர்க்கதரிசனங்களையும் சரியாகப் புரிந்துகொள்ளாததால் எல்லா ஜனங்களாலும் வெறுக்கப்பட்டார். முன்னெப்போதும் இல்லாத அதிசயங்களை அவர் செய்வதை மக்கள் பார்த்திருந்தார்கள். அவர் தேவனுடைய தற்சுரூபமாக இருந்தார். அவரது மூன்றரை வருட ஊழியத்தில், இதுவரை யாரும் கண்டிராத மேன்மையையும், அற்புதங்களையும் செய்து அவரை நிரூபித்துக் காட்டினார். தீர்க்கதரிசிகளான மோசே, எலியா மற்றும் எலிசா ஆகியோர் பெரிய அற்புதங்களைச் செய்ததாக அவர்கள் கேள்விப்பட்டிருந்தார்கள். ஆனால் இது போன்ற பெரிய அளவில் இல்லை. அவருடைய கிரியைகளாலும் போதனைகளாலும் அவர்கள் மிகவும் பயபக்தியடைந்து, அவரை ராஜாவாக்கப் பலவந்தமாக முயற்சி செய்தனர் (யோவான் 6:15). ஆனால் அவர் மனிதனில் இருப்பதை அறிந்து, பின்வாங்கினார் (யோவான் 2:24); ஏனெனில், சிலர் அவரே வரப்போகிற மேசியா என்று உறுதியாக நம்பினர், மற்றவர்கள் ஆதாயத்திற்காக அவரைப் பின்பற்றினர். நினைவில் கொள்ளுங்கள், **உங்களை முகஸ்துதி செய்யும் உதடுகள் திரும்பி உங்களைச் சபிக்க அதிக நேரம் எடுக்காது!**

அவர் அனுபவித்த எல்லா பாடுகளையும் அவர்கள் பார்த்தபோது, அது மனுக்குலத்தின் பாவம் என்றும், நியாயத்தீர்ப்பின் சுமை என்பதையும் அவர்கள் ஒரு கணம் கூட புரிந்து கொள்ளவில்லை. மாறாக, தேவதூஷணத்திற்காகத்

தேவன் அவர் மீது கோபமாக இருக்கிறார்; அதன் காரணமாக, அவர் எல்லா தண்டனைகளிலும் மோசமான தண்டனைகளை அனுபவித்துக் கொண்டிருந்தார், என்று அவர்கள் நினைத்தார்கள் (ஏசாயா 53:3-5). 'இத்தனை அதிசயங்களைச் செய்த அவரால் இதைத் தடுக்க முடியவில்லையே' என்று அவர்கள் ஏமாற்றமடைந்தனர். பிதாவின் சித்தத்திற்கு அவர் கீழ்ப்படிவதை அறியாத குருடர்களாக அவர்கள் இருந்தனர். அவருடைய சீடர்கள் கூட இதைப் புரிந்துகொள்ளத் தவறிவிட்டனர். அவர்கள் தீர்க்கதரிசனங்களைப் புரிந்துகொண்டிருந்தால், அவர்கள் அநேகமாக அவருடன் நின்றிருப்பார்கள். ஆரம்பத்திலிருந்தே அவரை இகழ்ந்து வந்த மக்கள் இந்த தருணத்தை அவருக்கு மேலும் மோசமாக்கப் பயன்படுத்திக் கொண்டனர். வேதவாக்கியங்களை அறிந்திருந்தும், தங்கள் கண்களுக்கு முன்பாக செய்யப்படும் கிரியைகளைப் பார்த்தும், விசுவாசியாத யூதர்கள், அவரை முற்றிலுமாக நிராகரித்து, அவருக்கு எதிராகச் சதி செய்யும் தைரியத்தைக் கொண்டிருந்தனர்! லூக்கா 20:9 லிருந்து 18 வரையில் உள்ள திராட்சைத் தோட்டம் மற்றும் பொல்லாத திராட்சைத் தோட்டக்காரர்களின் உவமையில் கர்த்தராகிய இயேசு அவர்களின் நிலைப்பாட்டை மிகத் தெளிவாக விளக்கினார். கர்த்தரை ஏமாற்றி அவரை பின்வாங்க வைக்க முயல்வதற்கு, அவர்கள் வேண்டுமென்றே செய்யும் கலகத்தை பார்த்து நான் வியப்படைதேன்! அவர்கள் தங்களை மகிமைப்படுத்திக் கொள்வதில் எவ்வளவு ஆழமாக மூழ்கியிருந்தார்கள் என்பதை இது காட்டுகிறது. தேவகுமாரன் தங்கள் மகிமையையும், அந்தஸ்தையும் பறித்துக்கொள்ள அவர்கள் அனுமதிக்க மாட்டார்கள்! தேவன் மற்றும் வாழ்க்கையைப் பற்றிய அவர்களின் அணுகுமுறையைப் பற்றி இது தெளிவாகப் பேசுகிறது. தேவன் அவர்களை மேய்ப்பர்களாக இருக்கும்படி அழைத்த அழைப்பில் தரித்திருக்க வேண்டும் என்ற எண்ணம் அவர்களுக்கு இல்லை. எனவே அவர்கள் கர்த்தரை நிந்தித்ததில் ஆச்சரியமில்லை; ஆணவம் பிடித்த மனிதர்கள், அவரை வெறுத்ததிலும் ஆச்சரியம் ஏதுமில்லை.

இன்று, கிறிஸ்தவர்களில் பெரும்பகுதி அவருடைய மரணத்தின் கோரமான தன்மையைப் புரிந்து கொள்ளத் தவறிவிட்டார்கள். அவருடைய பாடுகளைத் திறம்படத் தொகுக்கவோ, விவரிக்கவோ எந்த ஒரு வார்த்தையும் அல்லது வாக்கியமும் கூட இல்லை. மெலிந்த மனிதன், இடுப்பில் துணி அணிந்து, தலையைச் சுற்றி முட்கிரீடம் அணிந்து, கைகளும் கால்களும் சிலுவையில் ஆணியடிக்கப்பட்டு, உடலில் இரண்டு அல்லது மூன்று சிறிய திறந்த இரத்தப்போக்கு காயங்கள் இருப்பதைச் சித்தரிக்கும் அழகான

சிலுவைகளையும், ஓவியங்களையும் மக்கள் உருவாக்கும் விதமே இதற்குக் காரணம். தோலின் பெரும்பகுதி அப்படியே உள்ளது. மேலும் அவர் பார்ப்பதற்கு மனித ரூபத்தில் தெரிகிறார். தாவீதும், ஏசாயாவும் அவர் சிலுவையில் அறையப்பட்டதைப் பற்றி விவரித்ததும் இந்த படங்களும் சற்றேனும் ஒத்துப்போகிரதில்லை. அன்றைய அறிவார்ந்த யூதர்களுக்கும், இன்றைய நயவஞ்சகர்களுக்கும் எந்த வித்தியாசமும் இல்லை. அவர்கள் தேவனுடைய முழு வார்த்தையையும் தாங்கள் விரும்பும் எந்த மொழியிலும் பெற்று, அத்தகைய சிலுவைகளைச் செய்யும் அறிவை பெற்றிருக்கிறார்கள். மனிதன் பணத்திற்காகக் எதை வேண்டுமானாலும் செய்யவும், பலரை அழிவுக்கு அழைத்து செல்லவும் தயாராக இருக்கிறான். என் வாழ்க்கையின் ஆரம்பக் கட்டத்தில் இதுபோன்ற படங்களைப் பார்த்த என்னால் அவரது பாடுகளின் யதார்த்தத்தை ஒருபோதும் புரிந்துகொள்ள முடியவில்லை. எனது இருபதுகளின் பிற்பகுதியில் மட்டுமே தேவனுடைய வார்த்தையைப் படிப்பதில் நான் தீவிரமாக இருந்தேன். எனவே நான் பிரசங்கங்களைக் கேட்டபோதும் (மெய்யான சத்தியத்தைப் பிரசங்கிக்கும் பிரசங்கிகளுக்கும், தேவனுக்கும் நன்றி) ஏசாயா 52, 53 மற்றும் சங்கீதம் 22-ல் உள்ள தீர்க்கதரிசன வசனங்களைப் படித்தபோது, அதின் உண்மை முகம் எனக்குத் தெரிந்தது. சிலுவை மரணத்தைப் பற்றிய அறியாமையைப் போக்க உதவும் சில தீர்க்கதரிசனங்களை நான் இங்குப் பட்டியலிடுகிறேன்.

அவருடைய சரீர வேதனையைப் பற்றிய தீர்க்கதரிசனங்கள்:

1. என் எலும்புகளெல்லாம் கட்டுவிட்டது (சங். 22:14).

2. என் வாயின் மேலண்ணத்தில் என் நாவு ஒட்டிக் கொண்டது.(சங். 22:15).

3. என் கைகளையும் என் கால்களையும் உருவக் குத்தினார்கள். (சங். 22:16).

4. என் எலும்புகளையெல்லாம் நான் எண்ணலாம்; அவர்கள் என்னை நோக்கிப் பார்த்துக்கொண்டிருக்கிறார்கள்.(சங். 22:17).

5. மனுஷனைப்பார்க்கிலும் அவருடைய முகப்பார்வையும், மனுபுத்திரரைப்பார்க்கிலும் அவருடைய ரூபமும், இவ்வளவு அந்தக்கேடு அடைந்தபடியினாலே, அவரைக்கண்ட அநேகர் பிரமிப்படைந்தார்கள் (ஏசாயா 52:14).

6. நம்முடைய மீறுதல்களினிமித்தம் அவர் காயப்பட்டு, நம்முடைய அக்கிரமங்களினிமித்தம் அவர் நொறுக்கப்பட்டார்;(ஏசாயா 53:5)

அவருடைய மன / உணர்ச்சி வலியைப் பற்றிய தீர்க்கதரிசனங்கள்:

1. என் தேவனே, என் தேவனே, ஏன் என்னைக் கைவிட்டீர்? எனக்கு உதவி செய்யாமலும், நான் கதறிச் சொல்லும் வார்த்தைகளைக் கேளாமலும் ஏன் தூரமாயிருக்கிறீர்? - சங்கீதம் 22:1.

2. நானோ ஒரு புழு, மனுஷனல்ல; - சங்கீதம் 22:6.

3. மனுஷரால் நிந்திக்கப்பட்டும், ஜனங்களால் அவமதிக்கப்பட்டும் இருக்கிறேன் - சங்கீதம் 22:6.

4. சகல பரியாசங்களுக்கும் இலக்காயிருப்பது - சங்கீதம் 22:7-8.

✡ என்னைப் பார்ப்போர் பரிகாசம் செய்தனர்.

✡ அவர்கள் தலையை அசைத்து, உதட்டைப்பிதுக்கினர். அவர்கள் என்னை நோக்கி, "நீ கர்த்தரிடம் உதவிகேள். அவர் உன்னை மீட்கக்கூடும். உன்னை அவர் மிகவும் நேசித்தால், அவர் உன்னை நிச்சயம் காப்பாற்றுவார்!" என்றார்கள்.

5. அநேகம் காளைகள் என்னைச் சூழ்ந்திருக்கிறது; பாசான் தேசத்துப் பலத்த எருதுகள் என்னை வளைந்துகொண்டது. பீறி கெர்ச்சிக்கிற சிங்கத்தைப்போல், என்மேல் தங்கள் வாயைத் திறக்கிறார்கள். - சங்கீதம் 22:12-13.

6. தண்ணீரைப்போல ஊற்றுண்டேன்; சங்கீதம் 22:14.

7. என் இருதயம் மெழுகுபோலாகி, என் குடல்களின் நடுவே உருகிற்று. - சங். 22:14.

8. என் பெலன் ஓட்டைப்போல் காய்ந்தது; - சங்.22:15.

9. ஆபத்திலிருந்து விடுபடுவதற்கான கதறல். சங்கீதம் 22:19-21

10. அவர் அசட்டைபண்ணப்பட்டவரும், மனுஷரால் புறக்கணிக்கப்பட்டவருமாயிருந்தார் - ஏசாயா 53:3.

11. துக்கம் நிறைந்தவரும், பாடு அநுபவித்தவருமாயிருந்தார்; - ஏசாயா 53:3.

12. அவரைவிட்டு, நம்முடைய முகங்களை மறைத்துக்கொண்டோம்; அவர் அசட்டைபண்ணப்பட்டிருந்தார்; அவரை எண்ணாமற்போனோம். - ஏசாயா 53:3.

13. அவர் தேவனால் அடிபட்டு வாதிக்கப்பட்டு, சிறுமைப்பட்டவரென்று எண்ணினோம் - ஏசாயா 53:4

14. கர்த்தரோ நம்மெல்லாருடைய அக்கிரமத்தையும் அவர்மேல் விழப்பண்ணினார்-ஏசாயா 53:6

15. அவர் நெருக்கப்பட்டும் ஒடுக்கப்பட்டும் இருந்தார், ஆனாலும் தம்முடைய வாயை அவர் திறக்கவில்லை; -ஏசாயா 53:7

16. அடிக்கப்படும்படி கொண்டுபோகப்படுகிற ஒரு ஆட்டுக்குட்டியைப்போலவும், தன்னை மயிர்கத்தரிக்கிறவனுக்கு முன்பாகச் சத்தமிடாதிருக்கிற ஆட்டைப்போலவும், அவர் தம்முடைய வாயைத் திறவாதிருந்தார். - ஏசாயா 53:7

17. துன்மார்க்கரோடே அவருடைய பிரேதக்குழியை நியமித்தார்கள்; ஆனாலும் அவர் மரித்தபோது ஐசுவரியவானோடே இருந்தார்; - ஏசாயா 53:9

18. அவர் தமது ஆத்தும வருத்தத்தின் பலனைக் கண்டு திருப்தியாவார்; - ஏசாயா 53:11

19. அவர் தம்முடைய ஆத்துமாவை மரணத்திலூற்றினார் - ஏசாயா 53:12.

20. அவர் அக்கிரமக்காரரில் ஒருவராக எண்ணப்பட்டார் - ஏசாயா 53:12.

இந்த பட்டியல் வேதத்தில் இரண்டு அதிகாரங்களிலிருந்து மட்டுமே பட்டியலிடப்பட்டுள்ளது. இன்னும் நிறைய இருக்கிறது! இப்போது அவரது வாழ்க்கை மற்றும் மரணத்தை ஆராய்வோம். தேவன், ஏதேன் தோட்டத்திலும், தம்முடைய தீர்க்கதரிசிகள் மூலமாக தீர்க்கதரிசனம் உரைத்தபோது, தம்முடைய குமாரனாகிய மேசியாவின் வருகையையும், அவர் நிறைவேற்றப்போகும் அனைத்தையும் முன்கூட்டியே அறிவித்திருந்தார். இதை ஜனங்கள் நன்றாகப் புரிந்துகொள்ளும் பொருட்டு, ஏதேனில் தொடங்கி பழைய உடன்படிக்கை காலத்தில் அவர் பலிகளை நிறுவினார். உரிய நேரத்தில், காபிரியேல் தூதன் யூதேயாவில் இருந்த கன்னி மரியாளிடம் தேவகுமாரனை உலகிற்குக் கொண்டு வரும் திட்டத்துடன் அனுப்பப்பட்டான். அவள் அந்த முன்மொழிவை

ஏற்றுக்கொண்ட கணம், வார்த்தை அவள் வயிற்றில் மாம்சமாக மாறியது (யோவான் 1:14). அவர் தமது தீர்க்கதரிசனத்திற்காக ராஜாக்களின் இருதயங்களை அசைத்தார். தீர்க்கதரிசன வார்த்தையின்படி, கர்த்தராகிய இயேசு யூதேயா தேசத்தில் உள்ள பெத்லகேமில் பிறந்தார். அவர்கள் குறைந்தபட்சம் இரண்டு ஆண்டுகள் யூதேயாவில் வாழ்ந்தனர். அதன் பிறகு அவர்கள் தேவனுடைய வழிகாட்டுதலின் பேரில் எகிப்துக்குக் குடிபெயர்ந்தனர். குழந்தை இயேசுவைக் கொல்ல முயன்ற அனைவரும் இறந்த பிறகு, அவர் நாசரேத்துக்கு வந்தார். அங்கு அவர் தம்முடைய பூமிக்குரிய பெற்றோருக்குக் கீழ்ப்படிந்து வளர்ந்தார். மேலும் அவர் தமது தந்தை யோசேப்புடன் ஒரு தச்சராகவும் வேலை செய்திருக்க வேண்டும். அந்த முப்பது ஆண்டுகளில், அவர் மிகவும் தெய்வீக மனிதராகவும் இருந்தார். நியாயப்பிரமாணத்தின் ஒவ்வொரு 'துளியையும்' நிறைவேற்றினார். ஒவ்வொரு கட்டளையையும், கற்பனைகளையும், நியமங்களையும், போதனையையும் கைக்கொண்டார். அவர் பாவமறியாதவராயிருந்தார்.

முப்பது வயதில், அவர் தமது ஊழியத்தைத் தொடங்க வீட்டை விட்டு வெளியேறி யோர்தான் நதிக்குச் சென்றார். அவர் யோவான் ஸ்நானகனால் (அவரது உறவினர்) ஞானஸ்நானம் பெற்றார். **இது தண்ணீர் ஞானஸ்நானத்தை மிகத் தெளிவாக வரையறுக்கிறது.** கர்த்தராகிய இயேசு தம்முடைய பாவங்களைக் கழுவ ஞானஸ்நானம் பெறவில்லை, ஏனென்றால் அவர் முற்றிலும் பாவமற்றவராக இருந்தார். தண்ணீர் ஞானஸ்நானத்தின் அர்த்தம் பாவங்களைக் கழுவுவது அல்ல. நம்முடைய கர்த்தருடைய இரட்சிப்பை நாம் ஏற்றுக்கொள்ளும்போது அவருடைய இரத்தத்தால் அது நிறைவேற்றப்படுகிறது. **ஞானஸ்நானம் என்பது தேவனைப்பற்றும் நல்மனச்சாட்சியின் உடன்படிக்கையாயிருக்கிறது (1 பேதுரு 3:21).** இதைத் தடுக்க முயன்ற யோவானிடம், "இப்பொழுது இடங்கொடு, இப்படி **எல்லா நீதியையும் நிறைவேற்றுவது** நமக்கு ஏற்றதாயிருக்கிறது" என்றார். அப்பொழுது அவருக்கு இடங்கொடுத்தான். கர்த்தராகிய இயேசு தாமே தண்ணீர் ஞானஸ்நானம் பெற்றிருக்க (தேவனுக்கு முன்பாக அவருடைய மனசாட்சி தெளிவாக இருந்தது என்று உலகிற்கு அறிவித்தார்), தண்ணீர் ஞானஸ்நானம் பெறுவது அவசியமா இல்லையா என்பதை நாம் விவாதிக்கக்கூடாது (இன்று பலர் செய்வது போல, அதைத் தேவையற்றதாக கருதுவது). எல்லா நீதியையும் நிறைவேற்ற, அவர் தண்ணீர் ஞானஸ்நானம் பெறுவது

அவசியம் என்று கருதினார். நாம் நமது எஜமானரைப் பின்பற்ற வேண்டும். இயேசு ஞானஸ்நானம் பெற்று, ஜலத்திலிருந்து கரையேறினவுடனே, இதோ வானம் அவருக்குத் திறக்கப்பட்டது. தேவ ஆவி புறாவைப்போல இறங்கி தம்மேல் வருகிறதைக் கண்டார். இதைத் தொடர்ந்து, அவரது பூமிக்குரிய ஊழியம் தொடங்கியது. பரிசுத்த ஆவியானவரால் பெலப்படுத்தப்பட்டு, அவர் முதலில் வனாந்தரத்திற்கு அழைத்துச் செல்லப்பட்டார். அங்கு அவர் சாத்தானின் வஞ்சகத்தையும், அனைத்து காட்டு மிருகங்களையும் (அவருடைய வார்த்தையின் வல்லமையால்) மேற்கொள்ள வேண்டியிருந்தது. அவர் இரவும் பகலும் நாற்பது நாட்கள் எதுவும் சாப்பிடவில்லை. இருந்தும் அவர் ஜீவனோடு இருந்தார். ஆதாமுக்கும் ஏவாளுக்கும் தேவனுடைய நற்குணம் நிறைந்த ஒரு தோட்டம் கொடுக்கப்பட்டது. ஆனாலும் அவர்கள் ஒரு தந்திரமான பேசும் சர்ப்பத்தை நம்பி தேவனை நம்பத் தவறிவிட்டார்கள். இங்கே, கர்த்தராகிய இயேசு வனாந்தரத்தில் தமது ஊழியத்தை தொடங்கினார். அனைத்து காட்டு மிருகங்களுடனும், சாத்தான் என்று அழைக்கப்படும் ஒரு இடைவிடாத எரிச்சலூட்டும் பூச்சியின் மத்தியிலும் முழு நேரமும் உபவாசித்து ஜெபம் செய்தார். ஆயினும் நாற்பது நாட்களுக்குப் பிறகு, அவர் பரிபூரண வெற்றியாளராக வெளிப்பட்டார்.

இதற்குப் பிறகு, அவர் பரிசுத்த ஆவியானவரின் வல்லமையினாலும், பெலத்தினாலும் நிரப்பப்பட்டு எல்லா ஞானத்திலும், அறிவிலும், புரிதலிலும் தேறினவராய் தேவனுடைய மகிமையையும், பிதாவை வெளிப்படுத்தியவராகவும் அடுத்த மூன்றரை ஆண்டுகளில் ஒவ்வொரு நாளும் இஸ்ரேலுக்கும், அதைச் சுற்றியுள்ள பகுதிகளிலும் சுற்றித் திரிந்து தம்மை அவர்களுக்கு வெளிப்படுத்தினார். அந்த மூன்றரை ஆண்டுகளில் நடந்த ஊழியங்களைப் பற்றி, இயேசு செய்த வேறு அநேக காரியங்களுமுண்டு; **"அவைகளை ஒவ்வொன்றாக எழுதினால் எழுதப்படும் புஸ்தகங்கள் உலகம் கொள்ளாதென்று எண்ணுகிறேன். ஆமென்"** என்று அப்போஸ்தலனாகிய யோவான் கூறினான் (யோவான் 21:25). அவருடைய கிரியைகளின் எண்ணிக்கையும், அவர் நிறைவேற்றிய நற்காரியங்களும் அவர் செய்த நன்மைகளும் அவ்வளவு திரளானவை. அவர் செய்த ஒவ்வொன்றும் பிதாவைப் பிரியப்படுத்தியதாகவும், துன்பப்படும் மனிதக்குலத்திற்கு உதவுவதாகவும் இருந்தது. மனிதர்களை மகிழ்விப்பது அவரது நிகழ்ச்சி நிரலில் ஒருபோதும் இருந்ததில்லை. இதுவே அவரை எதிர்க்க யூத உயர் குடியினரைத் தூண்டிய

முக்கிய காரணங்களில் ஒன்றாகும். அவரது கிரியைகள் அனைத்தும் மறுக்க முடியாத தெய்வீகமானவை மற்றும் அவர்களின் கண்கள் முன்னால் அரங்கேறியவை. ஆயினும் ஏசாயா சொன்ன தீர்க்கதரிசனத்தின்படி ஒவ்வொரு சந்தர்ப்பத்திலும் அவரைக் கொலை செய்ய வகைதேடினார்கள். அவருடைய அற்புதங்கள் அனைத்தும் தங்கள் முகங்களுக்கு முன்பாக வெட்ட வெளிச்சமாக்கப்பட்டும் கூட, தங்களுக்கு நிரூபிப்பதற்காக ஒரு அடையாளத்தை அவரிடம் கேட்பதில் அவர்கள் விடாப்பிடியாக இருந்தனர். ஆனால் கர்த்தராகிய இயேசு ஒருமுறை கூட அவர்களின் கோரிக்கைக்கு இணங்கவில்லை. அவருடைய எல்லா செயல்களையும் பார்த்த பிறகும் கூட, எதுவும் இந்த பொல்லாத மனிதர்களின் மனதை மாற்றப் போவதில்லை. அவர் தம்மைத்தாமே சிலுவையிலிருந்து இறங்கி அவர்களை நோக்கி வந்தாலும், அவர்கள் அவரை நம்பியிருக்க மாட்டார்கள். அந்த நேரத்தில், இந்த அவிசுவாசிகள் அவர் ஒரு சூனியக்காரன் என்று நினைத்து அவரை கல்லெறியவும் முயற்சித்திருப்பார்கள். அத்தகையவர்களிடமிருந்து நம்மை நிரூபிப்பதற்காக நம் நேரத்தை வீணாக்காமல் பகுத்தறியும் வரத்தைப் பெற்றுக்கொள்வோமாக.

ஏறக்குறைய எல்லோரும் அவரை சிலுவையில் அறைந்தது ஆணிகளால்தான் என்று நினைத்தார்கள். ஆனால் இல்லை! பிதாவின் சித்தத்திற்குக் கீழ்ப்படிதலின் அவருடைய இருதயமும், நம்மீது அவர் வைத்திருந்த அளவற்ற அன்புமே அவரை அங்கேயே தொங்க வைத்திருந்தது (நீதிமொழிகள் 8:30-31). அவருடைய உயிர்த்தெழுதலுக்குப் பிறகு, அவர் விரும்பியிருந்தால், சத்தியத்தை நிரூபிக்க அவர் அவர்கள் அனைவருக்கும் முன்பாக தேவாலயத்தில் காட்சியளித்திருக்க முடியும். அதுவும் கூட கலவரம் செய்வதிலும், குழப்பம் ஏற்படுத்துவதிலும், கிளர்ச்சியான தங்கள் திட்டத்திலும், பிரச்சாரத்திலும் பிடிவாதமாக இருந்த நம்பிக்கையற்றவர்களை அது சமாதானப்படுத்தியிருக்காது. லாசரு மற்றும் ஐசுவரியவான் சம்பவத்திலும் (லூக்கா 16:19 லிருந்து 31 வரை) கூட பரிசேயர்களின் செவிகளில் விழும்படிக்கு அவர் அதை நன்றாக விளக்கினார். இதன் முக்கிய அம்சம் என்னவென்றால், இந்த மனிதர்கள் தேவனை விட உலகத்தை அதிகம் நேசித்தார்கள். அவர்கள் மோசேயின் குரலுக்கும் மற்ற தீர்க்கதரிசிகளுக்கும் கீழ்ப்படிந்திருந்தால், தங்களுக்கு முன்பாக பிரத்தியட்சமாக இருந்த மேசியாவை ஏற்றுக் கொண்டு அவரை உயர்த்தியிருப்பார்கள்.

ஏறக்குறைய நானூறு ஆண்டுகள் (கடைசி தீர்க்கதரிசியான மல்கியாவுக்குப் பிறகு), இஸ்ரவேலில் வேறு எந்த தீர்க்கதரிசியும் இல்லை. இந்த காலகட்டத்திற்குப் பிறகு, அறிவித்திருந்த தீர்க்கதரிசனத்தின்படி யோவான் ஸ்நானகன் வந்தான் (நம் ஆண்டவர் பிறப்பதற்கு ஆறு மாதங்களுக்கு முன்பு). அவன் தனது தாயின் வயிற்றில் இருக்கும்போதே பரிசுத்த ஆவியால் நிரப்பப்பட்டான். கர்த்தருக்கு வழியை ஆயத்தப்படுத்தவும், ஜனங்கள் தங்கள் பாவங்களை அறிக்கையிட்டு மனந்திரும்பி ஞானஸ்நானம் பெற வேண்டும் என்றும் பிரசங்கிதான். அவன் ஒரு பெரிய கூட்டத்தை ஈர்த்தான். மனந்திரும்பிய அனைவரும் யோர்தான் நதியில் அவனால் ஞானஸ்நானம் பெற்றனர். ஞானஸ்நானம் என்பது ஒரு நபர் தன் பாவத்தை அறிக்கையிட்டு மனந்திரும்பி, இயேசுவே இரட்சகர் என்பதைக் குறிக்க யோவான் ஸ்நானகனால் நிறுவப்பட்ட ஒரு முன்மாதிரி ஆகும் (இன்னும் தெளிவாக அப்போஸ்தலர் 19:4 ஐ பார்க்கவும்). இது அநேகமாக யோவானால் தொடங்கப்பட்ட ஒரு ஆத்தும சுத்திகரிப்பாக இருக்கலாம். அந்த நாட்களில் யூதர்களால் பின்பற்றப்பட்ட சடங்கு உடல் சுத்திகரிப்பு "மிக்வே" என்று அழைக்கப்பட்டது. ஞானஸ்நானம் பெற்றவர்களுக்கு கர்த்தர் விரைவில் அனுப்பவிருக்கும் பரிசுத்த ஆவியைப் பெற ஆயத்தப்படுத்தியது. இருப்பினும், 1 கொரிந்தியர் 10 மற்றும் 1 பேதுரு 3-ல், பவுலும் பேதுருவும் செங்கடல் வழியாகச் சென்ற இஸ்ரவேலர்கள் மற்றும் நோவாவின் காலத்தில் ஏற்பட்ட வெள்ளம் இத்தகைய ஞானஸ்நானத்திற்கு ஒப்பான ஞானஸ்நானம் தான் என்று கூறினர். கர்த்தராகிய கிறிஸ்துவை ஏற்றுக்கொள்ள ஜனங்களின் இருதயங்களை ஆயத்தப்படுத்திய யோவான், கர்த்தராகிய இயேசு தம்முடைய ஊழியத்தைத் தொடங்கிய பிறகு இரத்தசாட்சியாக மரித்தான்.

கர்த்தராகிய இயேசு இந்த காலகட்டத்தில் வந்தார். ஏசாயா சொல்வது போல், "அவர் இளங்கிளையைப்போலவும், வறண்ட நிலத்திலிருந்து துளிர்க்கிற வேரைப்போலவும் அவனுக்கு முன்பாக எழும்புகிறார்". அவர் நூறு சதவீதம் தேவன், அதே நேரம் நூறு சதவீதம் மனிதன். பிதாவினால் முன் அறிவிக்கப்பட்ட, ஏற்றுக்கொள்ளத்தக்க ஆண்டின் தொடக்கத்தை அறிவிக்க அவர் சரியான நேரத்தில் வந்தார். இது இரட்சிப்புக்காக அவரிடம் திரும்பும் அனைவருக்கும் இன்றும் நடைமுறையில் உள்ளது. அவர் நம்பிக்கையற்றவர்களுக்கு நம்பிக்கையையும், இருண்ட காலங்களில் உதவியற்றவர்களுக்கு உதவியையும் கொண்டு வந்தார். ஆம் அது இருண்ட

காலமாகவே இருந்தது. ஏனென்றால் வளமான வாழ்க்கைக்கு அழைக்கப்பட்ட தேவ பிள்ளைகள் உலகப்பிரகாரமாக வாழ்ந்து கொண்டிருந்த காலகட்டம் அது. இது உணவு, உடை, தங்குமிடம், சுயநல லட்சியங்கள் போன்றவற்றைப் பற்றியது. தேவனுடைய சித்தத்தை நிறைவேற்றுவது மற்றும் உலகத்தைத் தேவனுடைய அன்பிற்குக் கொண்டு வருவது பற்றியது அல்ல. யூதர்களில் உயர்குடிமக்கள் பெயர், புகழ் மற்றும் கௌரவத்தைப் பெறுவதில் மும்முரமாக இருந்தனர். அதே நேரத்தில் சாமானியர்களின் கழுத்தில் பெரும் மதச் சுமைகளைச் சுமத்தினர். அவர்கள் தங்களுக்குச் சாதகமாகச் சட்டத்தை ஏற்றினர். மீதமுள்ளவர்களுக்கு வாழ்க்கையை நரகமாக்கினர். பிதாவின் இருதயத்தை அவருடைய பிள்ளைகளுக்குத் தெரியப்படுத்துவதையே ஒரே நோக்கமாகக் கொண்டிருந்த நம்முடைய கர்த்தரை, அவர்கள் தீர்த்துக் கட்ட விரும்பியதில் ஆச்சரியமில்லை. அவர்கள் அவரை தங்கள் பரம்பரை 'எதிரியாகக் கருதினர்'.

அவரது பிறப்பு மற்றும் அவரது வாழ்க்கையின் முதல் முப்பது ஆண்டுகளைப் பற்றிய அனைத்தும் சாதாரணமாக இருந்தன. அவர் பூமிக்குரிய பெற்றோரைக் கொண்டிருந்தார்; மற்ற மனிதர்களைப் போலவே இருந்தார்; தச்சரின் மகனாக அடையாளம் காணப்பட்டார்; குறைந்தபட்சம் ஆறு உடன்பிறப்புகளில் மூத்தவர்; ஆலயத்திற்கும் ஜெப ஆலயங்களுக்கும் செல்லும் வழக்கமான பார்வையாளராக இருந்தார்; அநேகமாக அவரது தந்தை யோசேப்புடன் சிறப்பாக பணியாற்றினார். ஆயினும் இந்த 'இயல்புநிலை' வாழ்க்கையில் அவர் வளர்ந்ததைக் கண்ட மக்களுக்கு (அவரது சொந்த ஊரில்) அப்படிப்பட்ட இயல்பான ஒருவரை இரட்சகராக ஏற்றுக் கொள்வது தடையாக மாறியது. இன்று கர்த்தராகிய இயேசுவை மாம்சத்தில் காண ஏங்கும் அனைவருமே, அவரை மாம்சத்தில் அல்லது வார்த்தையில் காண்பதே மிகப் பெரிய ஆசீர்வாதம் என்று நான் உங்களுக்குச் சொல்லுகிறேன். மாம்சத்தில் அவரைக் காணாமலே விசுவாசிப்பவர்கள் மீது தேவன் ஒரு பெரிய ஆசீர்வாதத்தைப் பேசினார். அவரது அனைத்து அதிசயங்களையும் கண்டு வாழ்ந்த மக்களால் அவர் தேவன் என்ற உண்மையை ஏற்றுக்கொள்ள முடியவில்லை. ஏனென்றால் அவர்கள் அவரது மனித தோற்றத்தையும் தொழிலையும் பார்த்து எடை போட்டனர். இது அவர்களுக்கு நம்பிக்கையிழக்கச் செய்தது மற்றும் அவர்களின் நம்பிக்கைக்கு ஒரு தடையாக மாறியது. ஏசாயா 53:1-ன் பிற்பகுதி கூறுகிறது, 'அவருக்கு அழகுமில்லை, சௌந்தரியமும் இல்லை; அவரைப் பார்க்கும்போது,

நாம் அவரை விரும்பத்தக்க ரூபம் அவருக்கு இல்லாதிருந்தது'. அவர் அழகில் பிரபலமான நபராக இல்லாவிட்டாலும், அவரது நடத்தை மற்றும் வாழ்க்கையில் நல்லொழுக்கத்துடன் பூமியில் வாழ்ந்த மிக நேர்த்தியான மனிதராக இருந்தார் என்று நான் நம்புகிறேன். இளம்பிராயத்தில், இயேசுவானவர் ஞானத்திலும், வளர்த்தியிலும், தேவகிருபையிலும், மனுஷர் தயவிலும் அதிகமதிகமாய் விருத்தியடைந்தார். தேர்ந்தெடுக்கப்பட்டவர்களின் இதயங்கள் இந்த அழகால் ஈர்க்கப்படுகின்றன!

அவர் சிலுவையில் அறையப்படும் காலம் வந்தபோது, மத தலைவர்கள் அவரது பாடுகளைக் கொண்டாடி, அவரை பரிகாசம் செய்யவும், சிறுமைப்படுத்தவும் கிடைத்த வாய்ப்பைப் பயன்படுத்திக் கொண்டனர். அவர்களைப் பொறுத்தவரை, இது அவர் ஊழியம் செய்த அந்த மூன்றரை ஆண்டுகளாக அவர்கள் எதிர்பார்த்து ஏங்கிய வெற்றி. இறுதியாக அந்த மதத்தலைவர்களால் மக்களுக்கு தாங்கள் 'சரி' என்றும் நம் ஆண்டவர் 'தவறு' என்றும் காட்ட முயற்சி செய்தார்கள். ஆனால், தேவனே இந்த முடிவை நம் கர்த்தராகிய இயேசுவுக்கு ஏற்படுத்தினார். இவை எல்லாவற்றிலும் குறிப்பிடத்தக்க விஷயம் என்னவென்றால், ஒருவரும் (யூதர்களோ, புறஜாதிகளோ) அவருக்குத் தீங்கு செய்ய இதற்கு முன் எந்த நேரத்திலும் அவர் மீது விரலையும்கூட வைக்க முடியவில்லை. அவருக்குத் தீங்கு செய்ய விரும்பிய மக்கள் அவரைக் கொல்ல பல நாட்கள் சதி செய்தார்கள். மேலும் அவர் அவர்களின் சதித்திட்டங்களைக் கடந்து மறைந்து சென்றார். மரணத்தைக் குறித்து அவருக்கு எந்த பயமும் இல்லை. அவருடைய நேரம் வரும்வரை யாரும் அவரைத் தொட முடியாது என்பதை அவர் அறிந்திருந்தார். எனவே, அவர் எந்தவித தயக்கமும் இல்லாமல் பிதாவின் சித்தத்தை நிறைவேற்றினார். வாய் வார்த்தையின் மூலம் துன்புறுத்தல் பல முறை அவருக்கு வந்தது. ஆனாலும் சரீரப்பிரகாரமாக ஒருவராலும் அவருக்குத் தீங்கு செய்ய முடியவில்லை. ஆனால் அவருடைய காலம் நிறைவேறி அவர் சிலுவையில் அறையப்பட்டபோது, இந்தப் பொல்லாத மனிதர்கள் அவரை எலும்புகள் காணும் வரை கிழித்தெறிந்தார்கள். அவர்கள் அவரை மிகவும் எல்லை மீறி அவமானப்படுத்தினர்.

யூதர்கள் மட்டுமே அவருக்கு எதிராக இருக்கவில்லை. யூதரல்லாதவர்களில் (ரோமர், ஏரோதியர் மற்றும் கிரேக்கர்கள்) அநேகரும் அவரை பழிவாங்கக் காத்திருந்தனர். ஏனெனில் அவர்களின் ராஜ்யங்கள் அவருடைய செயல்களால்

சீர்குலைக்கப்பட்டன. ரோமர்கள் தங்கள் பேரரசுக்கு அச்சுறுத்தலாக இருந்த எவரையும் ஒருபோதும் சகித்துக் கொள்ள மாட்டார்கள். இரக்கமின்றி அவர்களைக் கொன்று குவிப்பார்கள். ஆனால் புறஜாதி மக்களில் அநேகர் அவரை நோக்கித் திரும்பினார்கள். அவர்களுடைய விசுவாசம் நம்முடைய கர்த்தரை ஆச்சரியப்படுத்தியது! அவர் யூதர்கள், ரோமர்கள் மற்றும் சிலரின் பொறாமைக்கு ஆளானார் என்று நான் நம்புகிறேன். மத்தேயு 22:16ல் ஏரோதியர்கள் ஆண்டவர் இயேசுவை யூதர்களுடன் சேர்ந்து கைது செய்யச் சதி செய்வதைப் பார்க்கிறோம். யூதர்களைச் சமாதானப்படுத்துவதற்காக பிலாத்து அவரைச் சாட்டையால் அடிக்கும்படி கட்டளையிட்டான். அவருடைய விடுதலைக்கு அவர்கள் உடன்படாதபோது, அவர் குற்றமற்றவர் என்று நன்கு அறிந்திருந்தும், அவரை சிலுவையில் அறைய ஒப்புக்கொடுத்தான்.

சிலுவையில் அறையப்படுவது ஒரு முழு தொகுப்பாகும். முதலாவதாக, மரண தண்டனை விதிக்கப்பட்ட நபர், படைவீரர்களுடன் ஒரு நூற்றுக்கு அதிபதியிடம் ஒப்படைக்கப்படுவார். அவர்கள் தங்கள் நெறிமுறைகளின்படி நடவடிக்கைகள் எடுப்பார்கள். முதலாவதாக, மரண தண்டனை விதிக்கப்பட்டவரின் நிர்வாண உடலில் நாற்பது கசையடிகள் அடிக்கப்படும். பின்னர் அவர்கள் அவருக்கு மீண்டும் ஆடை அணிவிப்பார்கள். மேலும் அவர் சிலுவையை (பொதுவாகக் கிடைமட்ட மரக் கட்டை) அறையப்படும் இடத்திற்கு (அங்கே நிறுவியிருக்கிற) சுமந்து செல்ல வேண்டும். அங்கு அவரது உடலில் உள்ள ஒவ்வொரு துணியும் அகற்றப்படும் (முழு நிர்வாணமாக்குதல்), அவரது கைகளும் (மணிக்கட்டுகளில்) கால்களும் கிடைமட்ட மற்றும் செங்குத்து விட்டங்களில் ஆணியடிக்கப்படும். மேலும் அவர் மேலே ஏற்றப்படுவார். சாட்டையால் அடிப்பதிலிருந்து (மாரடைப்பு காரணமாக திடீர் மரணம்) தூக்கிலிடப்பட்ட நான்கு நாட்களுக்குள் எப்போது வேண்டுமானாலும் மரணம் சம்பவிக்கலாம். ரோமர்கள் இரக்கம் காட்ட முடிவு செய்தால், அவரது மரணத்தை விரைவுபடுத்துவதற்காக அந்த நபரின் கால்களை உடைப்பார்கள். அவர்களின் கருணை கூட கொடூரமானது! ஆண்களும் பெண்களும் இந்த வகையான தண்டனைக்கு உட்படுத்தப்பட்டனர். ரோமர் அல்லாதவர்களுக்கு இந்த முறையில் மரண தண்டனையை வழங்குவதை ரோமர்கள் விரும்பினர். ஒரு ரோமக் குடிமகன் ராஜ துரோகக் குற்றம் சாட்டப்பட்டாலொழிய அவனைச் சிலுவையில் அறைவது சாதாரண விஷயமல்ல!

பிலாத்துவின் போலியான அனுதாபத்தின் காரணமாக, நம் ஆண்டவர் இரண்டு முறை சாட்டையால் அடிக்கப்பட்டார். இந்த நியாயத்தீர்ப்பின் நிகழ்வு, எதிரிகளான பிலாத்து மற்றும் ஏரோதைக் கூட ஒரு நல்ல நட்புக்குள் கொண்டு வந்தது. இந்தச் சமயத்தில் ஏரோது பண்டிகைக்காக எருசலேமில் இருந்தான். நம்முடைய கர்த்தர் கலிலேயன் என்று அறிந்த பிலாத்து, ஏரோதிடம் ஏதாவது குற்றம் செய்திருக்கிறாரா என்று விசாரிக்குப்படிக்கு அவனிடம் நம் ஆண்டவரை அனுப்பினான். ஏரோதுவின் முன்னோர்கள் ஆண்டவர் இயேசு குழந்தையாக இருந்தபோது அவரைக் கொல்ல முயன்றவர்கள் தான்! ஏரோதுவுக்கு நம் ஆண்டவர் மீது எந்த அனுதாபமும் இல்லை. எல்லாத் திசைகளிலிருந்தும் நம் கர்த்தரை நோக்கி அம்புகள் பாய்ந்த வண்ணமாய் இருந்தது.

இயேசு கிறிஸ்துவின் மீது சுமத்தப்பட்ட இந்த வெறுப்பும், துரோகமும், அனைத்து வகையான தீமைகளையும் வாசிக்கும் போது எனக்கு வருத்தம் அளிக்கிறது. பன்னிரண்டு லேகியோன் தேவதூதர்கள் அவருடைய வார்த்தைக்குக் காத்திருந்தபோதிலும், இவையனைத்தையும் சுமந்த நமது அன்பான இரட்சகராகிய கர்த்தரின் நீதியுள்ள ஆத்துமா எவ்வளவு அதிகம் வேதனைப்பட்டிருக்கக் கூடும்! இவையனைத்தும், பிதாவினிடத்தில் நாம் செல்வதற்கான 'வழி' ஒன்றை ஏற்படுத்துவதற்காகவே. தேவனுடைய அழைப்பை நிறைவேற்றுவதிலிருந்து அவர் ஒருபோதும் பின்வாங்கவில்லை.

அடையாளங்களைக் கேட்ட, இந்த அவிசுவாசிகள் குருடர்களாக இருந்த படியினாலே அன்று சிருஷ்டிப்பில் வெளிப்பட்ட மறுக்க முடியாத அடையாளங்களை அவர்கள் கவனிக்கவில்லை. மதியம் பன்னிரண்டு மணி முதல் மூன்று மணி வரை அன்றைய பகல் அந்தகாரமாகிவிட்டது. தேசத்தின் வரலாற்றில் யாரும் இவ்வளவு நேரம் முழு கிரகணத்தைப் பார்த்திருக்க மாட்டார்கள்! அவர் தம்முடைய ஆவியை ஒப்புக்கொடுத்தபோது, பூமியதிர்ச்சி உண்டாயிற்று, ஆலயத்தின் திரைச்சீலை மேல் தொடங்கி கீழ் வரைக்கும் இரண்டாகக் கிழிந்தது, பாறைகள் பிளக்கப்பட்டன, கல்லறைகள் திறக்கப்பட்டன. இந்த அடையாளங்களெல்லாம் கர்த்தரையும் அவருடன் மற்ற இரண்டு பேரையும் சிலுவையில் அறையும் பொறுப்பில் நியமிக்கப்பட்டிருந்த ரோம நூற்றுக்கு அதிபதியின் கண்களில் பட்டது. அவர்கள் மிகவும் பயந்து, 'மெய்யாகவே, இவர் தேவனுடைய குமாரன்!' என்றார்கள். அவிசுவாசிகள் பிதாவாகிய தேவனையும் தங்கள் ஏளனத்தால் தூண்டிவிட்டார்கள். இவர்களில் ஒருவர் எந்த நேரத்திலும் மனந்திரும்பினாலும், அவர்களுக்கு இரட்சிப்பு

கிடைப்பதற்காக "பிதாவே, இவர்களை மன்னியும், தாங்கள் செய்கிறது இன்னதென்று அறியாதிருக்கிறார்கள்" என்று ஜெபித்து அவர்களுக்கும் கூட இந்த இரட்சிப்பை ஏற்படுத்தினார். அப்படிப்பட்டவர்களில் ஒருவன்தான் சவுல் என்று நான் நம்புகிறேன். அவன் பின்னர் பவுல் என்று அழைக்கப்பட்டான். பவுல் எருசலேமில் இருந்தான், புகழ்பெற்ற கமாலியேலின் பாதத்தருகில் இருந்து கற்றவன். அந்த நாளில் யாரும் இந்த சிலுவை நிகழ்ச்சியைத் தவறவிட்டிருக்க வாய்ப்பில்லை. குறிப்பாகச் சவுலைப் போன்ற ஒரு பரிசேயன் தவறவிட்டிருக்க வாய்ப்பே இல்லை என்று எண்ணுகிறேன். நம்முடைய கர்த்தர் சிலுவையில் தொங்கியபோது அவரை ஏளனம் செய்தவர்களில் இந்த சவுலும் ஒருவனாக இருந்திருப்பானோ? ஒருவேளை இருக்கலாம்! நம்முடைய கர்த்தர் பிதாவிடம், அவரை சிலுவையில் அறைந்தவர்களை மன்னிக்கும்படி வேண்டியது உண்மையில் மதிப்புக்குரியதா? நிச்சயமாக! அவர்களில் ஒருவன் மனந்திரும்பி புதிய ஏற்பாட்டில் பாதிக்கும் மேற்பட்டவற்றை எழுதி, தலைமுறைகளை ஆசீர்வதித்த வெளிப்பாடுகளைப் பதிவு செய்திருந்தான்!

பிதாவாகிய தேவன் கர்த்தராகிய இயேசுவைத் தமது நேசகுமாரனாக அங்கீகரித்திருக்கிறார் என்பதை அவிசுவாசிகள் நன்கு அறிந்திருந்தனர். அவருடைய கிரியைகள் அனைத்தும் அதற்குச் சாட்சிகளாக அமைந்தன. தேவன் தம்முடைய குமாரனில் பிரியமாயிருக்கிறார். நம் ஆண்டவரின் பரமேறுதலைத் தொடர்ந்து, சுவிசேஷங்களைப் பின்பற்றும் எல்லா புத்தகங்களிலும் நாம் காண்பது போல, அவர் தம்முடைய சீஷர்களின் வாழ்க்கையில் தொடர்ந்து தம்மை பலமாகக் காட்டினார். கமாலியேல் போன்ற மிகவும் புகழ்பெற்ற யூத ரபிகள் கர்த்தரின் சீஷர்களுடன் சேர்ந்து குழப்பமடைய வேண்டாம் என்று தங்கள் கூட்டத்தவர்களை எச்சரித்தனர் (அப்போஸ்தலர் 5:35-39). இந்நாள்வரை, தேவன் நம்மோடு தம்முடைய உடன்படிக்கையில் நிலைத்திருக்கிறார், நம் மூலமாகக் கிரியை செய்கிறார்.

9. *நீரே என்னைக் கர்ப்பத்திலிருந்து எடுத்தவர்; என் தாயின் முலைப்பாலை நான் உண்கையில் என்னை உம்முடையபேரில் நம்பிக்கையாயிருக்கப்பண்ணினீர்.*

10. *கர்ப்பத்திலிருந்து வெளிப்பட்டபோதே உமது சார்பில் விழுந்தேன்; நான் என் தாயின் வயிற்றில் இருந்ததுமுதல் நீர் என் தேவனாயிருக்கிறீர்.*

இந்த உலகில் ஒரு குழந்தை பிறப்பது எந்த ஒரு அதிசயத்திற்கும் சற்றும் குறைந்ததல்ல. தேவன் இதை ஒவ்வொரு கணவனுக்கும் மனைவிக்கும் ஒரு விதிமுறையாக ஸ்தாபித்தார். உண்மையில், இது ஆரம்பத்திலிருந்தே தேவன் மனிதக்குலத்திற்கு வழங்கிய மிகப்பெரிய பரிசுகளில் ஒன்றாகும். ஒவ்வொரு நாளும் உலகில் லட்சக்கணக்கான இந்த அற்புதங்கள் நடக்கின்றன. இதை நாம் சற்று சிந்திக்க வேண்டும். நான் ஒரு மருத்துவராக இருப்பதால், இது எனது பாடப்பகுதில் ஒரு பகுதியாக இருந்தது, மேலும் இந்த கருத்தரித்தல் மற்றும் பிறப்பு செயல்முறையை நான் நன்றாகப் புரிந்து கொண்டேன். இல்லையெனில் நான் அதை ஆராய்ச்சி செய்திருப்பேனா என்பது சந்தேகம் தான்.

இதை உங்களுக்காக மீண்டும் சொல்கிறேன். உடலுறவுக்குப் பிறகு, ஆனால் பெண் பிறப்புறுப்புப் பாதையில் வெளியேற்றப்படும் ஆயிரக்கணக்கான விந்தணுக்களில் ஒன்று, பெண்ணின் கருமுட்டைக்குள் (முட்டை உயிரணுக்கள்) நுழைகிறது. விந்தணுவில் ஆயிரக்கணக்கான விந்தணுக்கள் இருந்தாலும், ஒரு பெண்ணின் மாதவிடாய் சுழற்சிக்கு பிறகு, கருப்பைகள் மூலம் ஒரு முதிர்ந்த கருமுட்டை மட்டுமே வெளியிடப்படுகிறது. அவர்களின் மரபணு (டிஎன்ஏ) பகிரப்பட்டு இணைத்த பிறகு, அவை ஒன்றாகச் சேர்ந்து கருமுட்டையை உருவாக்குகின்றன. இது இரு பெற்றோரிடமிருந்து மரபணு கொண்ட ஒரு உயிரணு ஆகும். இந்த கருமுட்டையில் உள்ள உயிரணுக்களின் அதிவேக பெருக்கத்திற்குப் பிறகு, ஒரு கரு உருவாகிறது. இந்த கட்டத்தில், உடலின் ஒவ்வொரு உறுப்பு அமைப்புக்கும் முன்னோடி உயிரணுக்கள் மூன்று அடுக்குகளில் (எக்டோடெர்ம், எண்டோடெர்ம் மற்றும் மீசோடெர்ம்) நிறுவப்பட்டுள்ளன. இந்த மூன்று முதன்மை அடுக்குகளிலிருந்து, டிஎன்ஏவில் இருந்து வெளியிடப்படும் சமிக்கைகளின்படி மேலும் வளர்ச்சி, வேறுபாடு மற்றும் முதிர்ச்சி ஏற்படுகிறது. எனவே, ஒவ்வொரு நபருக்கும் தனிப்பட்ட மரபணு அமைப்பு உள்ளது. கருவுற்ற மூன்று வாரங்களில் இருதயம் உருவாகத் தொடங்கி நான்காவது வாரத்தின் தொடக்கத்தில் செயல்படத் தொடங்குகிறது. எட்டு வாரங்களில் அல்ட்ராசவுண்ட் மூலம் முழுமையாகச் செயல்படும் இருதயம் கண்காணிக்கப்படுகிறது. இது நிறுவப்பட்ட அறிகுறியாகும். மற்ற அனைத்து உறுப்பு அமைப்புகளும் நம் சிருஷ்டிகரால் நிர்ணயிக்கப்பட்ட நேரத்திற்கு ஏற்ப உருவாகின்றன. இது எல்லா குழந்தைகளுக்கும் ஒரே மாதிரியாக இருக்கும். தேவனின் ஞானத்தால் நிறைவேற்றப்பட்ட அனைத்தையும் பாராட்ட நம் வாழ்நாள் போதாது! எவ்வளவு

ஆண்டுகள் ஆனாலும் மனிதனால் இதற்கு நெருக்கமான ஒன்றை உருவாக்க முடியாது. இந்த அதிசய செயல்முறைக்கான முக்கிய நிரலாக்கமானது முதல் ஜோடியான ஆதாம் மற்றும் ஏவாளில் செய்து முடிக்கப்பட்டது. கருப்பையில் உள்ள இந்த சிறிய மனிதர்கள் ஒலிகளைக் கேட்கவும் பதிலளிக்கவும் முடியும். நம் தொடுதலை உணரவும், உணர்ச்சிகளை உணரவும் முடியும் என்பதை நிரூபிக்கும் அளவிற்கு விஞ்ஞானம் வளர்ந்துள்ளது. தேவனின் ஞானத்தின் மேன்மையை நிரூபிக்க ஒவ்வொரு நாளும் அதிக ஆராய்ச்சி நடந்து வருகிறது.

இதைத் தொடர்ந்து பிறப்பு என்ற நிகழ்வு நிகழ்கிறது. தேவனால் நியமிக்கப்பட்ட நேரத்தில், உள்ளிருந்து சிறிய குழந்தை வெளி உலகத்திற்கான பயணத்தைத் தொடங்குகிறது. குழந்தையின் உடல், பாதுகாப்பாக வெளியேறுவதற்குத் தேவையான கட்டளைகளைப் பெற்று, குழந்தையைப் பெற்றெடுக்க ஒத்துழைக்கிறது. இந்த பிரசவ நேரம் சில நிமிடங்கள் முதல் இரண்டு நாட்கள் வரை இருக்கலாம். குழந்தை கீழே இறங்கும்போது, தாய் மற்றும் குழந்தையின் உடலில் ஏற்படும் மாற்றங்களில் ஒரு அற்புதமான காட்சி உள்ளது. பிட்யூட்டரி மற்றும் மூளை போன்ற பிற உறுப்புகளிலிருந்து சரியான ஹார்மோன்கள் (ஊக்கிகள்) இரத்த ஓட்டத்தில் சுரக்கின்றன. இதுவரை குழந்தையை வைத்திருந்த பனிக்குடப் பை, சரியான நேரத்தில் உடைந்து, குழந்தை வெளியே வருவதற்கான பாதையை உய்வூட்டுவதன் மூலம் மென்மையாக வெளி வர உதவுகிறது. தலை, உடல் மற்றும் கால்களின் ஒரு குறிப்பிட்ட முறுக்குதல் மற்றும் திருப்புதல் மூலம், குழந்தை வெளியே வருகிறது. இந்த கட்டம் வரை, குழந்தையின் நுரையீரல் செயல்படுவதில்லை. ஏனெனில் குழந்தை கருப்பைக்குள் சுவாசிக்காது. நச்சுக்கொடி வழியாக வாயு பரிமாற்றம் நடைபெறுகிறது. குழந்தை வெளியே வந்தவுடன் முதல் மூச்சு விடுகிறது. நுரையீரல் திசுக்களின் நீட்சி மற்றும் குழந்தை அதைப் பெரிதாக்க முடிந்தவரைக் காற்றை உள்ளிழுக்க முயற்சிப்பதன் காரணமாக, குழந்தை நாம் அனைவரும் கேட்க விரும்பும் 'அழுகையை' அழுகிறது. இந்த கட்டத்தில், தொப்புள் கொடி கட்டப்பட்டு வெட்டப்படுகிறது. மேலும் வழக்கமான மறுமலர்ச்சிக்குப் பிறகு பிணைப்புக்காகக் குழந்தை தாயின் அருகில் வைக்கப்படுகிறது. அடுத்து, நஞ்சுக்கொடி (தாயிடமிருந்து குழந்தைக்கு ஊட்டச்சத்து மற்றும் ஆக்ஸிஜனேற்றத்தின் முக்கிய பாதை) இயற்கையாகவே கருப்பை சுவரில் இருந்து பிரிக்கப்படுகிறது. கருவில் தாய்க்கும் குழந்தைக்கும் இடையே எப்போதும் இரத்தக் கலப்பு இல்லை.

பெரும்பாலானவர்களுக்கு, அல்லது அனைவருக்கும், இந்த கருப்பையில் உள்ள வாழ்க்கை நினைவுபடுத்த முடியாது. இதைப்பற்றியெல்லாம் நமக்கு ஞாபகம் இல்லை. ஆனால் குழந்தை வெளியே வந்தவுடன், கருப்பையில் இருந்தபோது வெளிப்படுத்திய அதே தூண்டுதல்களுக்குப் பதிலளிக்கிறது. இது அறிவியல் பூர்வமாக நிரூபிக்கப்பட்டுள்ளது. பிறப்பிலிருந்தோ அல்லது குழந்தைப் பருவத்திலிருந்தோ பல விஷயங்களை நம்மால் நினைவில் வைத்திருக்க முடியும் என்று நான் நினைப்பதில்லை. வெளிப்படையாகச் சொல்வதென்றால், இந்த பருவத்தில் எந்த குழந்தையும் தேவனைத் தேடும் என்று நான் நினைக்கவில்லை; ஆனால் கர்த்தராகிய இயேசு அப்படியல்ல. அவர் பிதாவாகிய தேவனை அவர் கருவுற்றதிலிருந்தே அறிந்திருந்தார். பால் குடிக்கும் குழந்தை தேவனை எப்படி நம்புவது? தாய்ப்பால் கொடுக்கும் போது குழந்தைகள் உடல் ரீதியாகவும் உணர்ச்சி ரீதியாகவும் வசதியாக இருப்பதை அனுபவித்த தாய்மார்கள் இந்த உணர்வை ஓரளவு புரிந்து கொள்ள முடியும் என்று நான் நினைக்கிறேன். நான் தாய்ப்பால் கொடுத்தபோது என் குழந்தைகள் உலகில் உள்ள எதைப் பற்றியும் கவலைப்படவில்லை என்பதை நான் தனிப்பட்ட முறையில் அறிந்திருந்தேன். அவர்கள் என் கைகளில் பாதுகாப்பாகவும், திருப்தியாகவும் உணர்ந்தார்கள்! இந்த கட்டத்திலும் கூட, நம்முடைய கர்த்தர் தேவன் மேல் நம்பிக்கையை வைத்திருந்தார். அது சரியான நேரத்தில் சரியான இடத்தில் அவரை வைத்திருந்தது!

நாம் இதை பின்னோக்கிப் பார்க்கும்போது, தேவன் தம்முடைய சித்தத்தை யார் மீதும் கட்டாயப்படுத்துவதில்லை என்பதை நாம் புரிந்து கொள்ளலாம். அவர் நம் ஒவ்வொருவர் முன்னிலையிலும் இந்த திட்டத்தை வைக்கிறார். நாம் அவருக்கு அடிபணிய தயாராக இருந்தால் மட்டுமே அது முன்னெடுத்துச் செல்லப்படும். அதேபோல், மனிதகுல வரலாற்றில் மேசியாவின் கன்னிகை கர்பவதியாகும் அவருடைய சித்தத்திற்கு அடிபணிந்த இரண்டு பேர் மரியாளும் யோசேப்பும் மட்டுமே. வார்த்தை மாம்சமாக ஆதாமின் காலத்திலிருந்து ஏறக்குறைய நான்காயிரம் ஆண்டுகள் ஆனதில் ஆச்சரியமில்லை. இந்த மகத்தான பணியை நிறைவேற்ற தேவன் மரியாளையும் யோசேப்பையும் பரிபூரண கிருபையினால் ஆசீர்வதித்தார். மரியாள் மிகவும் அர்ப்பணிப்புடன் இருந்த பணிவுள்ள கன்னிப்பெண்ணாக இருந்தாள் என்று நான் நம்புகிறேன். கன்னிகை கர்ப்பவதியாக வேண்டும் என்ற திட்டத்தை மறுபரிசீலனை செய்ய அவள் நினைக்கவில்ல. அதனால் ஏற்படும் சமூக களங்கம் (இன்றுடன்

ஒப்பிடும்போது இன்னும் அதிகமாக) பற்றியும் அவள் கவலைப்படவில்லை. தன் வருங்கால கணவன் யோசேப்பிடம் இதைப் பற்றிப் பேசக்கூட அவள் கவலைப்படவில்லை. அந்த மனோபாவம் என்னை மிகவும் கவர்ந்தது! தேவன் எல்லாவற்றையும் பார்த்துக் கொள்வார் என்று அவள் நம்பினாள். அவள் காரியங்களை தன் கைகளில் எடுக்க வேண்டிய அவசியமிருந்ததில்லை. அவள் யூதேயா மலைப்பகுதிக்குச் சென்றாள், அவளுடைய உறவினளான எலிசபெத்தைக் கண்டு விசுவாசத்தை அதிகரித்துக் கொண்டாள், எலிசபெத் தனது வயதான காலத்தில் குழந்தை யோவானை வயிற்றில் சுமப்பதை அறிந்து கொண்டாள். அவள் திரும்பி வந்தபோது, மரியாளின் கர்ப்பத்தில் இருப்பது பரிசுத்த ஆவியினால் உண்டானது என்பதை யோசேப்பிற்கு நம்ப வைக்கத் தேவன் தம்முடைய தூதனை அனுப்பினார். எந்தவொரு தேவையற்ற நாடகம், இழிவு அல்லது அவமானம் இல்லாமல் ஒரு சிறந்த திருமண வாழ்க்கை வேண்டும் என்பது ஒவ்வொரு நிச்சயமான பெண்ணிற்கும் இருக்கும் பெருங்கனவு. ஆயினும் மரியாள் கர்த்தரின் வார்த்தையை மிகவும் மதித்தாள், உடனடியாக ஆம் என்று சொன்னாள், தன்னை மிகவும் ஆசீர்வதிக்கப்பட்டவளாகக் கருதினாள். விசுவாசிகளாகிய நாம் கொண்டிருக்க வேண்டிய கண்ணோட்டம் இதுதான்!

அவர்கள் நாசரேத்தில் சில காலம் தங்கியிருந்த போது, மரியாளின் வயிறு திருமணத்திற்கு முன்னதாகவே பெரிதாவதைப் பார்த்த உறவினர்களுக்கு அவர்கள் என்ன பதில் சொல்வார்கள்? திருமணமான ஆறு மாதங்களுக்குள் குழந்தை பிறந்தது பற்றி கேள்வி எழுப்புபவர்களுக்கு (யூதேயாவிலிருந்து திரும்பியவுடன் திருமணம் செய்து கொண்டதைக் கருத்தில் கொண்டு) அவர்கள் என்ன பதில் சொல்வார்கள்? இது அவர்களைத் பிரச்சனைக்குள்ளாகியிருக்குமா? தேவன் இந்த திட்டத்தை நம் முன் வைத்திருந்தால், இந்த கேள்விகள் அனைத்தும் நம்மில் பலருக்குக் குண்டு வீசியதை போல் இருந்திருக்கும். கண்டிப்பாக நாம் தேவனைத் தடுத்திருப்போம். ஆனால், இந்த இளம் தம்பதி அவமானங்களைச் சிறுமைப்படுத்தினார்கள், தேவனுடைய நோக்கத்தை நிறைவேற்றினார்கள்! தேவன் இந்த தம்பதியினரை விரைவில் பெத்லகேமுக்கு போகச் செய்து, தேவையற்ற விமர்சனங்களிலிருந்து அவர்களைக் காப்பாற்றி, பாலகன் இயேசுவை அங்கே பிரசவிக்கும்படி செய்தார்.

இந்த வேதப்பகுதி நமது நிலையைப் பற்றிய உண்மையை வெளிப்படுத்துகிறது. கர்த்தராகிய இயேசுவே முதல் கனி. அவர் தமது தாயின்

வயிற்றிலிருந்து தேவனுடன் ஒரு உறவைக் கொண்டிருந்தார் என்றால், அது எங்களுக்கும் பொருந்தும். ஆதாமிடமிருந்து நாம் பெற்ற மரித்துப் போன ஆவியின் காரணமாக நாம் இதைப் பற்றி அறியாமல் இருந்தபோதிலும், தேவன் அவருடைய பங்கை அப்படியே வைத்திருந்தார். அவர் நம்மைத் தேர்ந்தெடுத்து, அவருடைய ராஜ்யத்திற்காக, நம் தாயின் வயிற்றிலிருந்தே நம்மைப் பிரித்தெடுத்தார். நம் குழந்தைகளுக்கும் இது பொருந்தும். எரேமியா தீர்க்கதரிசியின் புத்தகம் ஒன்றாம் அதிகாரம் ஐந்தாம் வசனத்தில், **"நான் உன்னைத் தாயின் வயிற்றில் உருவாக்கு முன்னே உன்னை அறிந்தேன்; நீ கர்ப்பத்திலிருந்து வெளிப்படுமுன்னே நான் உன்னைப் பரிசுத்தம்பண்ணி, உன்னை ஜாதிகளுக்குத் தீர்க்கதரிசியாகக் கட்டளையிட்டேன்"** என்று சொன்னார். இதுதான் 'தேர்ந்தெடுத்தலின்' கோட்பாடு. நம்மில் பலர் இதைத் தவறாகப் புரிந்து கொண்டு தேவன் பாரபட்சமானவர் என்ற பிம்பத்தைக் கட்டமைக்கிறார்கள். பரிசுத்த ஆவியானவரால் இதைப் புரிந்துகொண்ட நான், இதை உங்களுக்கு விவரிக்கிறேன்.

தேவன் சர்வஞானி - அவர் ஆதி முதல் அந்தம் வரை அனைத்தையும் அறிந்தவர். அவரே அல்பாவும் ஓமேகாவும் ஆவார். சுவிசேஷத்தின் சத்தியம் (இரட்சிப்பு) அவர்களுக்கு முன்வைக்கப்படும்போது அதைப் பெற்றுக்கொள்ளும் எல்லா ஆத்துமாக்களையும் பற்றி அவர் நன்கு அறிந்திருக்கிறார். சிலர் உடனடியாக அதைப் பெறுவார்கள், சிலர் தாமதமாகப் பதிலளிப்பார்கள். ஆயினும் அவர் ஒவ்வொரு ஆத்மாவையும் அறிந்திருக்கிறார். ஜலப்பிரளயத்திற்கு முன்பு இருந்த திரளான மக்களில், நோவாவும் அவனது குடும்பமும் மட்டுமே விசுவாசிப்பார்கள் என்பதை அவர் அறிந்திருந்தார். இந்தப் பேழையைக் கட்ட நோவாவுக்கு ஏறக்குறைய நூறு ஆண்டுகள் ஆனது. இந்த நூறு வருட கிருபையின்காலம் மற்ற அவிசுவாசிகள் மனந்திரும்புவதற்கு வழங்கப்பட்டது. ஆனால் அவர்கள் அவ்வாறு செய்யவில்லை. ஆபிரகாமின் காலத்திலிருந்த திரளான மக்கள் மத்தியில், ஆபிரகாம் மட்டுமே விசுவாசத்தினால் பதிலளிப்பான் என்றும், மற்றவர்கள் சாத்தானால் வஞ்சிக்கப்படுவதில் மிகவும் சுறுசுறுப்பாக இருந்தனர் என்றும் தேவன் அறிந்திருந்தார். எனவே, தேவன் ஆபிரகாமைத் தேர்ந்தெடுத்தார். அதேபோல், யோசேப்பு, மோசே, யோசுவா, தானியேல், எஸ்தர், ரூத், மரியாள் மற்றும் யோசேப்பு, பேதுரு, பவுல், யோவான், நீங்கள், நான் மற்றும் பலர். அவருடைய அழைப்புக்கு நாம் பதிலளித்து அதை நிறைவேற்றுவோம் என்பதை

அவர் அறிந்திருந்தார். இவர்களை வேதாகமம் 'தெரிந்துகொள்ளப்பட்டவர்கள்' என்றும் 'அவருடைய தீர்மானத்தின்படி அழைக்கப்பட்டவர்கள்' என்றும் குறிப்பிடுகிறது (ரோமர் 8:28). அவருடைய இரட்சிப்பைப் பெற்ற நாமும் அவ்வாறே அவரால் தெரிந்துகொள்ளப்பட்டவர்கள்.

ரோமர் 8:29 மற்றும் 30-ம் வசனங்களில் அவர் கூறுகிறார், "தம்முடைய குமாரன் அநேக சகோதரருக்குள்ளே முதற்பேறானவராயிருக்கும்பொருட்டு, தேவன் எவர்களை முன்னறிந்தாரோ அவர்களைத் தமது குமாரனுடைய சாயலுக்கு ஒப்பாயிருப்பதற்கு முன்குறித்திருக்கிறார்; எவர்களை முன்குறித்தாரோ அவர்களை அழைத்துமிருக்கிறார்; எவர்களை அழைத்தாரோ அவர்களை நீதிமான்களாக்கியுமிருக்கிறார்; எவர்களை நீதிமான்களாக்கினாரோ அவர்களை மகிமைப்படுத்தியுமிருக்கிறார்". இதுவே தேவனுடைய கோட்பாடு. நீங்கள் முழு இருதயத்துடன், தேவனுடைய இரட்சிப்பைப் பெற்றிருந்தால் அல்லது இப்போது அதைப் பெறுவீர்கள் என்றால், தேவன் அதை அறிந்திருந்திருக்கிறார். நீங்கள் ஏற்கனவே அவருடைய தெரிந்து கொண்டவர்களில் இருக்கிறீர்கள். இது தேவனுக்கு ஆச்சரியமாக இருப்பதில்லை.

எந்த ஒரு நபரும் கூட தங்கள் தகுதியின் அடிப்படையில் தேவனிடமிருந்து எந்த நன்மையும் (இரட்சிப்பு உட்பட) பெறத் தகுதியற்றவர். 'தகுதியானவர்' என்ற வார்த்தையை நமக்குப் பயன்படுத்த வேண்டுமானால், இயல்பாகவே தன்னில் தானே 'தகுதியான நரகம்' என்று பொருள்படும். உண்மையில், நாம் மனந்திரும்பினால், நாம் பாவிகள் என்பதால் அவருடைய இரட்சிப்புக்கு தகுதி பெறுகிறோம். ஆகையால், விசுவாசிகளாகிய நாம் அனைவரும் கர்த்தராகிய இயேசு கிறிஸ்துவிலுள்ள இரட்சிப்பின் மூலம் கிடைக்கிற கிருபையினால் தேர்ந்தெடுக்கப்பட்டிருக்கிறோம். நாம் நமது தாயின் வயிற்றில் உருவாக்கப்படுவதற்கு முன்பே தேவனால் தேர்ந்தெடுக்கப்பட்டு, நாம் பிறப்பதற்கு முன்பே நியமிக்கப்பட்டிருக்கிறோம் என்ற இந்த புரிதல் நமக்கு மிகுந்த மகிழ்ச்சியையும் ஆறுதலையும் தர வேண்டும். நீதியின் பாதையில் நம்மைத் தொடர்ந்து நடத்தவும், தேவனுடைய இளைப்பாறுதலில் பிரவேசிக்கவும், நமது வாழ்க்கைக்கான அவருடைய சித்தத்தை நிறைவேற்ற உதவும் மூலப்பொருள் இதுவே. அவரே எல்லா நன்மைக்கும் நமது ஒரே நம்பிக்கை.

11. என்னை விட்டுத் தூரமாகாதேயும்; ஆபத்து கிட்டியிருக்கிறது, சகாயரும் இல்லை.

12. அநேகம் காளைகள் என்னைச் சூழ்ந்திருக்கிறது; பாசான் தேசத்துப் பலத்த எருதுகள் என்னை வளைந்துகொண்டது.

13. பீறி கெர்ச்சிக்கிற சிங்கத்தைப்போல், என்மேல் தங்கள் வாயைத் திறக்கிறார்கள்.

கர்த்தராகிய இயேசு ஒரு அனாதை அல்ல. அவர் சிலுவையில் தொங்கிய போதும் அவருடைய தாய் அவரோடு இருந்தார். இயேசுவின் பன்னிரண்டாம் வயதிற்கு பிற்பாடு யோசேப்பைப் பற்றி எதுவும் எழுதப்படவில்லை. நம்முடைய கர்த்தருக்கு பன்னிரண்டு வயதாக இருந்தபோது எருசலேமில் கொண்டாடப்பட்ட பஸ்கா பண்டிகையில் யோசேப்பு கடைசியாகக் குறிப்பிடப்பட்டார். அதற்குப் பிறகு சில காலம் கழித்து யோசேப்பு இறந்திருக்கலாம். தங்கள் முதல் மகனை (கர்த்தராகிய இயேசு) பெற்றெடுத்த பிறகு, மரியாளும் யோசேப்பும் குறைந்தபட்சம் ஆறு பிள்ளைகளைப் பெற்றெடுத்தனர் (நான்கு ஆண்கள் மற்றும் குறைந்தது இரண்டு பெண்கள்). நம்முடைய கர்த்தர் மூத்தவர் என்பதால், வீட்டை உடல் ரீதியாகவும், பொருளாதார ரீதியாகவும் நிர்வகிக்க அவரது தாய்க்கு உதவும் பொறுப்பை அவர் ஏற்றுக்கொண்டிருப்பார் என்று நான் நம்புகிறேன். அவர் தன் தகப்பனின் தச்சுத் தொழிலைச் செய்து கொண்டு, அவருடைய வேலையில் சிறந்தவராகவும், மனிதர்களின் தயவைப் பெற்றவராகவும் இருந்திருக்கலாம் (லூக்கா 2:52)

ஞானஸ்நானத்திற்குப் பிறகு, அவர் ஊழியத்திற்குத் தம்மை முழுமையாக ஒப்புக்கொடுத்தார். திரளான ஜனங்கள் அவரைப் பின்தொடர்ந்தார்கள். அவர்களில் பன்னிரண்டு பேரை எப்போதும் தம்முடன் இருக்கும்படி தேர்ந்தெடுத்து அவர்களைத் தம்முடைய சீடர்கள் (அப்போஸ்தலர்கள்) என்று அழைத்தார். நான் பெரிதும் மதிக்கும் ஒரு போதகர், அந்த வார்த்தையை ஆழமாக ஆராய்ந்து, அவருடைய சீடர்கள் அனைவரும் அவரை விட இளையவர்கள் (அநேகமாக வாலிபர்கள்) என்றும் அவர்களில் மூத்தவர் பேதுரு (அநேகமாக இருபதுகளின் தொடக்கத்தில் இருக்கலாம்) என்றும் கூறினார். அவருடைய சர்வஞானத்தின் காரணமாக அவருடைய சீடர்கள் அனைவரின்

குணாதிசயங்களையும் அவர் நன்கு அறிந்திருந்தார். யூதாஸ் ஸ்காரியோத்து ஒரு திருடன் என்றும், அவன் பொறுப்பிலிருந்த பணப்பையிலிருந்து பணத்தைத் திருடி, இறுதியில் அவரைக் காட்டிக்கொடுப்பான் என்றும் அவர் அறிந்திருந்தார். யூதாஸ் அவருடைய 'கிருபையில்' எப்பொழுதும் அவருடன் வாழ்ந்து வந்தான், தன்னைத் திருத்திக் கொள்ள அவரது உதவியைப் பெற ஒருபோதும் விரும்பவில்லை. கர்த்தராகிய இயேசு தம்முடைய குடும்பத்திற்கும், அவருடைய அப்போஸ்தலர்களுக்கும், அவருடைய மற்ற சீஷர்களுக்கும், அவரைப் பின்பற்றிய திரளான மக்களுக்கும் 'தேவனின் அன்பை' காண்பிக்கவும், ஒரே உண்மையான ஜீவனுள்ள தேவனுடன் இணைந்திருப்பதன் அர்த்தத்தை அவர்களுக்குக் கற்பிக்கவும் ஊழியம் செய்தார். ஆயினும் அவருக்கு உதவிக்கரம் நீட்டுகிறவர் எவருமில்லை; உண்மையில் அவருக்குத் திறம்பட உதவக்கூடிய நிலையில் யாரும் இருந்ததில்லை.

யூத உயர் வகுப்பிலிருந்த அவிசுவாசிகள், ஏரோதியர்கள் மற்றும் ரோமர்கள் எப்போதும் அவருக்கு எதிராக இருப்பதில் பிடிவாதமாக நின்றனர். அவருடைய தெய்வீக குமாரத்துவத்தைப் பற்றிய சத்தியத்தை அவர்களால் ஒருபோதும் சமாதானமாக ஏற்று கொள்ள முடியவில்லை. இந்த உண்மையை அவர்கள் மறந்துவிட்டனர். அவர் கைது செய்யப்பட்டபோது அவருடைய சீஷர்களோ அல்லது அவருடைய குடும்பத்தினரோ கூட அவருக்கு ஆதரவாக நிற்கவில்லை. பேதுருவும், யாக்கோபும், யோவானும் பஸ்கா உணவுக்குப் பிறகு நித்திரைமயக்கத்திலிருத தங்கள் கண்களைத் திறக்க முடியவில்லை. அப்போது அவர்களைத் தோட்டத்தில் அவருடன் ஜெபிக்கும்படி அவர் கேட்டுக்கொண்டார். நித்திரை மயக்கத்திலிருந்த அவர்களால் ஒன்றும் செய்ய முடியவில்லை. நாம் தேவனோடு நேரத்தைச் செலவிட விரும்பும்போது நமது மாம்சம் எவ்வாறு தூங்க ஏங்குகிறது என்பதை நீங்கள் கவனித்திருக்கிறீர்களா? ஆனால் நாம் அதைப் செய்யத் தயாராக இருந்தால், இந்த பலவீனத்தை மேற்கொள்ளத் தேவன் நமக்குக் கிருபை தருகிறார். அவருடைய சீஷர்கள் ஒவ்வொருவரும் மரணம் வரை தங்கள் விசுவாசத்தை அவருக்கு வாக்குறுதி அளித்தனர் (மத்தேயு 26:35). ஆனால் அவர்கள் ஒருபோதும் தங்கள் வார்த்தையைக் காப்பாற்றவில்லை. அவர் நியாயத்தீர்ப்புக்கு தனியாகச் சென்றார், சாட்டையால் அடித்தார்கள், பரியாசம் செய்தார்கள், சிலுவையில் அறையப்பட்டார். விசுவாசமாயிருப்போம் என்று சத்தியம் செய்த ஆண்கள்

அனைவரும் ஓடிவிட்டனர். ஆனால் ஒரு விஷயம் சுவிசேஷங்களில் நம் கவனத்தை ஈர்க்கிறது: **கர்த்தராகிய இயேசுவின் பூமிக்குரிய ஊழியத்தில் அவரைப் பின்பற்றிய பெண்கள் கல்வாரி மலையில் கூட அவருடன் நின்றார்கள்!** அவர்கள் உதவியற்ற நிலையில் அவரைப் பார்த்துக் கொண்டிருந்தாலும், அங்கே அவர்களுடைய சரீரப்பிரசன்னம் கர்த்தருடைய இருதயத்தை ஏதோ ஒரு விதத்தில் தேற்றியிருக்கும் என்று நான் நம்புகிறேன். ஜீவனிலும் மரணத்திலும் தேவ குமாரனிடம் அவர்கள் கொண்டிருந்த இதயப்பூர்வமான பற்றுறுதி, இன்று முழு உலகத்திற்கும் நன்கு தெளிவாகத் தெரிகிறது! அவர்களே முதன்முதலில் கர்த்தருடைய உயிர்த்தெழுதலைப் பற்றிய செய்தியை மற்ற சீஷர்களுக்கும் அறிவித்தார்கள்! **வெறுமனே வெற்று வார்த்தைகள் அல்ல, தங்கள் செயல்களின் மூலம் அவர்கள் தங்கள் விசுவாசத்தைக் காட்டினார்கள்.** அவர்கள் இன்று நமக்கு ஒரு சிறந்த எடுத்துக்காட்டாகத் திகழ்கிறார்கள். இறுதியாகச் சிலுவையில் அறையப்பட்ட இடத்திற்கு வந்த ஒரே அப்போஸ்தலன் யோவான். சீஷனான யோவான், கர்த்தரின் அன்பை உணர்ந்திருந்தான். தேவன் மீது அன்பு கொண்டதாகப் பெருமை அடித்துக் கொண்ட மற்றவர்கள் பயத்தில் தலைமறைவாகினர்! அவிசுவாசிகள், அவர் தேவனுடைய குமாரன் என்பதை நன்கு அறிந்திருந்தும், அவரை எல்லா மட்டத்திலும் சிதறடிப்பதில் பூரண இன்பம் கண்டார்கள். பாசானின் வலிமைமிக்க காளைகளாகிய இத்தகைய காளைகளே அவரைச் சூழ்ந்துகொண்டன.

இங்கு பாஷானைப் பற்றிக் குறிப்பிடுவது சுவாரஸ்யமானது. யோர்தான் நதிக்குக் கிழக்கே உள்ளது எஸ்போன் மற்றும் பாசான் ஆகிய இவ்விரண்டும். இந்த இரு நகரங்களையும் இரண்டு பிரம்மாண்டமான எமோரிய ராஜாக்கள் ஆட்சி செய்தனர். இந்த இரு நிலங்களும் எமோரியரின் தேசம். இந்த நிலம் ஆபிரகாமின் சந்ததியினருக்குச் சுதந்திரமாகக் கொடுக்கப்படும் என்று தேவன் பல ஆண்டுகளுக்கு முன்பு ஆபிரகாமுக்கு வாக்குறுதி அளித்திருந்தார் (ஆதியாகமம் 15:21). யோர்தானுக்குக் கிழக்கே ஏதோம், மோவாப், அம்மோன், எஸ்போன், பாசான் ஆகிய தேசங்கள் இருந்தன. ஆனால் கர்த்தர் இஸ்ரவேல் ஜனங்களை ஏதோம், மோவாப், அம்மோன் ஆகிய நாடுகளிலிருந்து விலகியிருக்கும்படி கண்டிப்பாகக் கட்டளையிட்டிருந்தார். யோர்தானுக்கு மேற்கே கானானும் பெலிஸ்தியாவும் இருந்தன. நைல் நதி முதல் ஐபிராத்து என்னும் பெரிய நதி வரையான நிலப்பரப்பு முழுவதும்,

ஆபிரகாமின் சந்ததியினருக்குத் தேவனால் வாக்குத்தத்தம் பண்ணப்பட்டது (ஆதியாகமம் 15:18-21). இஸ்ரவேலர் ஏதோமிலிருந்து ஏறிப்போகையில், எஸ்போனின் ராஜாவிடம் (சீகோனிடம்) அவனுடைய தேசத்தின் வழியாகச் செல்ல அனுமதிக்கும்படி கேட்டார்கள். அவனுக்குச் சொந்தமான எதின் மீதும் கைகளை வைக்க மாட்டோம் என்றும், எந்த சேதமும் செய்யமாட்டோம் என்றும் வாக்குறுதி அளித்தனர். ஆனால் அந்த தேசத்தின் வழியாக இஸ்ரவேல் ஜனங்கள் கானானுக்குச் செல்ல சீகோன் அனுமதிக்கவில்லை. மாறாக அவர்களுக்கு எதிராகப் போரிட வந்தான். இந்த போரில் தோற்கடிக்கப்பட்டான். எஸ்போனிலிருந்த சீகோன் உட்பட எல்லாரும் கொல்லப்பட்டனர். அவர்களுடைய நிலம் சுதந்தரித்துக் கொள்ளப்பட்டது. இந்த நிலம் பின்னர் மோசேயால் காத் மற்றும் ரூபன் கோத்திரங்களுக்கு ஒதுக்கப்பட்டது. அவர்கள் மேலும் ஏறிச் சென்றபோது, பாசானின் ராஜாவான ஓக் (60 அரண் சூழ்ந்த நகரங்களையும் மதில்களற்ற பல கிராமங்களையும் நகரங்களையும் கொண்ட நாடு) எத்ரேயியில் போரிட இஸ்ரவேலருக்கு எதிராக வந்தான். தேவன் மோசேயிடம் அவனுடன் சண்டையிடும்படியும் அவனை அவர்களிடம் ஒப்படைப்பதாகவும் வாக்குக்கொடுத்தார். இஸ்ரவேலர் ஓகையும் அவன் குமாரனையும் பாசானிலிருந்த ஒவ்வொருவரையும் ஒருவரும் மீதியாக வைக்காதவரைக் கொன்று குவித்தனர்.

தாவீது ஏன் இங்கே பாசானைப் பற்றிக் குறிப்பிட்டான்? பாசான் இராட்சதர்களின் தேசமாக இருந்தது. நோவாவின் காலத்திற்கு முன்பே, வாக்குப்பண்ணப்பட்ட தேசத்திலும் அதைச் சுற்றியுள்ள பகுதிகளிலும் களைகளை நடுவதில் சாத்தான் மும்முரமாக இருந்தான். தேவனுடைய குமாரர்கள் (விழுந்த தேவதூதர்கள்) மனுஷகுமாரத்திகளுடன் பலதாரமண உறவில் ஈடுபட்டார்கள். அவர்களுடைய சந்ததியினர் இராட்சதர்களாக இருந்தனர் (ஆதியாகமம் 6:1-4). ஒரு **மிக முக்கியமான விஷயத்தை நாம் எப்போதும் நினைவில் கொள்ள வேண்டும்**. ராட்சதர்கள் தாமாக ஒருபோதும் தோன்றியதில்லை. ஒரு மனிதன் (மனுஷகுமாரத்திகள்), சாத்தானின் கூட்டத்தினருடன் (விழுந்த தேவதூதர்கள் அல்லது தேவ குமாரர்கள்), முழு சம்மதத்துடன் ஒத்துழைத்தபோது, ஒரு ராட்சதன் பிறக்கிறான். பெண்கள் பேய்களுடன் உறவு கொள்வதால் ஏற்படும் விளைவுகளை அறிந்திருக்க வேண்டும். இன்று, மக்கள் தங்கள் வாழ்க்கையில், வீடுகளில், நாடுகளில், மற்றும் உலகத்தில் பல பெரிய அளவிலான பிரச்சினைகளைப்

பற்றிப் பேசுகிறார்கள். சாத்தானையும் அவனுடைய கருவிகளையும் போலவே மனிதர்களும் குற்றத்திற்கு உடன் பட்டனர் என்பதை நாம் அறிந்திருக்கிறோமா? எல்லா ராட்சதர்களையும் அகற்ற நாம் அனைத்து வகையான ஜெபங்களிலும் உபவாசத்திலும் ஈடுபடலாம். ஆனால், மக்கள் மகிழ்ச்சியுடன், தங்கள் முழு சம்மதத்துடன், தேவபக்தியற்ற தன்மையுடன் ஒத்துழைக்கும் வரை, இந்த ராட்சதர்கள் சூழ்ந்திருப்பார்கள். நீதிமொழிகள் 6:27-28 கூறுகிறது, "தன் வஸ்திரம் வேகாமல் மடியிலே எவனாவது நெருப்பை வைத்துக்கொள்ளக்கூடுமோ? தன் கால் சுடாமல் எவனாவது தழலின்மேல் நடக்கக்கூடுமோ?" என்று. இன்று நாம் நம் வாழ்க்கையில், வீடுகளில், நாடுகளில், உலகத்தில் ராட்சதர்களைப்போன்ற பிரச்சனைகளை எதிர்கொள்கிறோம் என்றால், மனிதர்களாகிய நாம் சாத்தானுடன் முழு மனதுடன் சம்மதித்து, ஒத்துழைத்து இந்த ராட்சதர்களைப் பெற்றெடுத்த ஒரு கட்டம் இருந்தது என்பதை நாம் உணர வேண்டும். இந்த இராட்சதர்களை சமாளித்து அழிக்க வேண்டுமானால், சுவிசேஷத்தைப் பிரசங்கித்து சத்தியத்தை அறிவிப்பதே அதற்கான முதல் படி. அடுத்த கட்டம், சாத்தானுடன் சம்மதம் தெரிவித்து ஒத்துழைக்கும் மக்கள் மனந்திரும்பி தேவனுடைய வார்த்தையின் சத்தியத்திற்கு தங்கள் மனதைப் புதுப்பிக்க வேண்டும். இதைத் தொடர்ந்து, அவர்கள் தங்கள் அதிகாரத்தை எடுத்துக்கொண்டு, தங்கள் வாழ்க்கையிலிருந்து ஒவ்வொரு இருளின் கிரியையையும் வெளியேற்ற வேண்டும். ஒரு தனி மனிதனின் வாழ்க்கையில் இது நிறைவேறும்போது, எந்த ஒரு ராட்சதனையும் அது எவ்வளவு பெரியதாக இருந்தாலும் எளிதாகச் சமாளித்து அழிக்க முடியும். நாம் உச்சத்திலிருந்து தொடங்கி கீழே வேலை செய்தால், ராட்சதர்களை வீழ்த்த முடியாது; அது இயலாத காரியம். நாம் படிப்படியாக தொடங்கி முன்செல்ல வேண்டும். இன்று இராட்சதர்களை அழிக்கும் வழி இதுதான்.

கோலியாத்துடன் சண்டையிட்டு, இஸ்ரவேல் தேசம் முழுவதையும் வழிநடத்துவதற்காக, தேவன் தாவீதை முதலில் சிங்கங்களையும், கரடிகளையும் கொண்டு பயிற்றுவித்தார். யூதாவின் வனாந்தரத்தில் (சவுலின் அச்சுறுத்தலை எதிர்கொண்டபோது) அறுநூறு உண்மையுள்ள மனிதர்கள் அவனைப் பின்பற்ற, தேவன் தாவீதை தனது தகப்பனின் ஆடுகளைக் கவனித்துக்கொள்ளும்படி முன்னதாகப் பயிற்றுவித்தார். தாவீது தன்மீது இருந்த அபிஷேகத்தை முழு மனதுடனும், முழு பெலத்துடனும் எந்நாளும் பயிற்சி செய்தான். இது தேவனை மையமாகக் கொண்டு, விசுவாசத்துடன்

கோலியாத்தை எதிர்கொள்ள அவனுக்குத் தைரியத்தை அளித்தது. அதனால் பின்னாளில், அவன் ஒவ்வொரு உயிருள்ள ராட்சசரையும் வென்றான். 2 சாமுவேல் 21-ல் அவனுடைய உண்மையுள்ள மனிதர்களால் கடைசி ராட்சசன் அழிக்கப்பட்ட பிற்பாடு வேறு எந்த புதிய ராட்சதர்களைப் பற்றிய குறிப்பும் இல்லை!

முதல்கட்ட இராட்சசர்கள் ஜலப்பிரளயத்தில் அழிக்கப்பட்டபோதிலும், மேசியாவின் பிறப்பைத் தடுப்பதற்காக ஜலப்பிரளயத்திற்குப் பிறகும் அதே முறையில் சாத்தான் தொடர்ந்து பூமியிலுள்ள மக்களைக் கலப்படம் செய்தான். மனிதர்களிடமிருந்து அவன் பெற்ற மகத்தான ஒத்துழைப்பு அவனுக்கு சாதகமாக அமைந்தது. வாக்குப்பண்ணப்பட்ட தேசம் இந்த கலப்பின மனித உயிரினங்களால் நிரப்பப்பட்டது. **பாபிலோன், பெர்சியா, ரோம அல்லது கிரேக்க நாடுகளில் இராட்சசர்களைப் பற்றி எதுவும் குறிப்பிடப்படவில்லை என்பது உங்களுக்கு எப்போதாவது ஆச்சரியமாக இருந்ததா?** அது ஏன்? ஏனென்றால், மேசியா இஸ்ரவேலர் இருக்கும் இந்த பகுதியில் தான் பிறப்பார். பாபிலோனிய, பெர்சிய, ரோமர் அல்லது கிரேக்க நாடுகளில் அல்ல என்பதைச் சாத்தான் உறுதியாக அறிந்திருந்தான். இந்த இராட்சசர்கள் ('நெபிலிம்') பாசானில் ரெபாயீம் என்றும், பெலிஸ்தியா மற்றும் கானானில் ஏனாக்கியர் என்றும், மோவாபில் ஏமிம் என்றும், அம்மோனில் ஜம்சும்மீம் என்றும் குறிப்பிடப்படுகின்றனர். கோலியாத், சீகோன், ஓக் ஆகியோர் இவ்வகையைச் சேர்ந்தவர்கள்.

மோசே, யோசுவா, காலேப், தாவீது போன்ற தேவ மனிதர்கள் தைரியமாக இந்த இராட்சதர்களைப் பின்தொடர்ந்து, அவர்களோடே யுத்தம்பண்ணி, அவர்களை அழித்தார்கள். உபாகமம் 3:11-ல், இரும்பினாற் செய்த ஓக்கினுடைய கட்டில் மனிதருடைய கை முழத்தின்படியே, ஒன்பது முழ நீளமும் நாலுமுழ அகலமுமாயிருந்தது என்றும், மீந்திருந்த இராட்சதரில் பாசானின் ராஜாவாகிய ஓக் என்பவன்மாத்திரம் கடைசியானவனாக இருந்தான் என்றும் குறிப்பிடப்பட்டுள்ளது. அவன் சந்தேகமில்லாமல் சாத்தானின் ஒரு வித்தாக இருந்தான். ஆனால் அங்கிருந்த இஸ்ரவேலர்களுக்கு தேவன் ஒரு பெரிய வெற்றியைக் கொடுத்தார். அவர்கள் அவனையும் அவனுடைய ஜனக்கூட்டத்தையும் கொன்றனர். ஒருவர்கூட மிஞ்சவில்லை. காலேப் தானாக முன்வந்து ஏனாக்கியர் வாழ்ந்த எபிரோனைக் கேட்டு, அவர்கள் அனைவரையும் அழித்து, எண்பத்தைந்து வயதில் மலையைத்

தன் சுதந்தரமாக்கிக் கொண்டான். தாவீது கோலியாத்துக்கு எதிராகப் போகும்போது, ஏலா பள்ளத்தாக்கிலுள்ள ஓடையிலிருந்து ஐந்து மிருதுவான கற்களை எடுத்தான்; இது பாதுகாப்பின்மையால் அல்ல. முதல் கல்லிலேயே கோலியாத் மாண்டுபோவான் என்பதை அவன் அறிந்திருந்தான். கோலியாத்துக்கு இன்னும் நான்கு ராட்சத சகோதரர்கள் இருந்தார்கள் என்பதை அவன் அறிந்திருந்தான் (2 சாமுவேல் 21). இது இஸ்ரவேலருக்கு இரகசியமாக இருக்கவில்லை. எனவே, கோலியாத் வீழ்ச்சியுடையும் போது அவனது (கோலியாத்தின்) சகோதரர்கள் அவனுக்கு (தாவீது) எதிராக வெளியே வந்தால் அவர்களையும் மேற்கொள்வதற்காக அவன் தனது கவண் பையில் நான்கு கற்களைக் கூடுதலாகச் சேமித்து வைத்தான். தாவீது ராஜாவான பின்பும் கூட கோலியாத்தின் நான்கு சகோதரர்களை கொல்லும் வரை அவன் அமர்ந்திருக்கவில்லை. 2 சாமுவேல் 21-ல் பதிவு செய்யப்பட்டுள்ளபடி அவனது பராக்கிரமசாலிகள் மீதமுள்ள நான்கு பேரையும் கூட கொன்று வீழ்த்தினர்.

பாசானின் வலிமையான காளைகளைப் பற்றிய குறிப்பு (அவிசுவாசியான யூதர்களைக் குறிக்கிறது), சீற்றம் மற்றும் கர்ஜிக்கும் சிங்கத்துடன் ஒப்பிடுவது (1 பேதுரு 5:8-ல் குறிப்பிடப்பட்டுள்ளபடி சாத்தானின் விதைகளைப் பற்றிய குறிப்பு) அவரை பரிகாசம் செய்த அவிசுவாசிகளின் அனைத்து குழுக்களிலும் இருண்ட சக்திகள் செயல்படுவதைக் காட்டுகிறது. இப்படி வெளிப்படையான அடையாளங்கள் இருந்தபோதிலும், நம்மை நேசித்ததற்காகவும், அவரை பரிகாசம் செய்த மக்களுக்காகவும் அவர் சிலுவையில் அறையப்பட்டார்.

கர்த்தராகிய இயேசு யூதா கோத்திரத்தின் சிங்கம் என்று அழைக்கப்படுகிறார். அவர்தான் அசல். சாத்தான் ஒவ்வொரு நிலையிலும், ஒவ்வொரு நேரத்திலும் அவரை போலியாக மாற்ற விரும்புகிறான். இதை அறியாத மக்கள், அவனது வஞ்சகத்திற்கு இரையாகிறார்கள். நீதிமொழிகள் 19:12-ல் ராஜாவின் கோபம் சிங்கத்தின் கெர்ச்சிப்புக்குச் சமானம். இந்த கர்ஜனையைத்தான் சாத்தான் தவறாகக் காண்பிக்க விரும்புகிறான் (1பேதுரு 5:8). தேவன் தம்முடைய பிள்ளைகள் மீது கோபமாக இருக்கிறார் என்பதாக அவன் உணர வைக்கிறான். இது நம்மை முடக்கும் கர்ஜனை. இந்த வஞ்சகம் மனதில் நிகழ்கிறது. இது மேலும் நம்மைக் கண்டனம் செய்து, வழிதவறிச் செல்ல வைக்கிறது. கண்டனம் செய்வதென்பது ஒருபோதும் மனிதக்குலத்திற்கு உதவியதில்லை. சாத்தான் அதையே எல்லா நேரங்களிலும்

பயன்படுத்துவதில் எனக்கு ஆச்சரியமேதுமில்லை. ஆனால் விசுவாசமோ, நம்மைப் பிதாவின் அன்பிற்குக் கொண்டு வருகிறது; இது முற்றிலுமாக பரிசுத்த ஆவியானவரின் செயல்.

14. தண்ணீரைப்போல ஊற்றுண்டேன்; என் எலும்புகளெல்லாம் கட்டுவிட்டது, என் இருதயம் மெழுகுபோலாகி, என் குடல்களின் நடுவே உருகிற்று.

15. என் பெலன் ஓட்டைப்போல் காய்ந்தது; என் நாவு மேல்வாயோடே ஒட்டிக்கொண்டது; என்னை மரணத்தூளிலே போடுகிறீர்.

'தண்ணீர்' மிகவும் முக்கியமானது. தேவன் எல்லாவற்றையும் படைத்தபோது அதன் முக்கியத்துவத்தால், வரிசையிலும் விகிதத்திலும் காணப்பட்ட அனைத்து படைப்புகளிலும் 'தண்ணீர்' மிகவும் முக்கியமானதாக இருந்தது. ஆதியாகமம் 1:1-ல், 'ஆதியிலே தேவன் வானத்தையும் பூமியையும் சிருஷ்டித்தார்' என்பதை நாம் புரிந்து கொள்ளலாம். அதாவது, அதற்கு முன் அண்ட சராசரத்தில் எதுவும் இருந்ததில்லை. அது வெறும் வெற்று இடம். இன்று பிரபஞ்சத்தில் உள்ள அனைத்தும் (பூமி, கிரகங்கள், சூரியன், சந்திரன், நட்சத்திரங்கள், விண்மீன் திரள்கள் போன்றவை) தேவனால் படிப்படியாக அவருடைய ஞானத்தின்படி படைக்கப்பட்டன. நமக்குக் கொடுக்கப்பட்ட தேவனுடைய வார்த்தை (பரிசுத்த வேதாகமம்) பூமியில் வசிப்பவர்களுக்கு ஏற்ப எழுதப்பட்டுள்ளது. அதை விட மேலானதாக எந்த ஞானத்தையும் எண்ணிவிட முடியாது. உண்மையில், நமக்கு வழங்கப்பட்ட வேதாகம அர்த்தத்தைப் புரிந்துகொள்ள வாழ்நாளை விட அதிகமான நேரம் தேவைப்படுகிறது. ஆதியாகமம் முதல் அதிகாரம் இரண்டாம் வசனத்திலிருந்து, தேவன் இந்த பூமியைப் பற்றிய விவரங்களை நெறிப்படுத்துவதைக் காண்கிறோம். மற்ற இடங்களில், நாம் தொடர்ந்து வாசிக்கையில், தேவதூதர் உலகங்கள் பற்றிய தகவல்களையும் பெறுகிறோம். ஆனால் அது பூமியைப் பற்றியதை விட மிகவும் குறைவானது. அவர் ஆண்ட சராசரங்களைப் பற்றிய தகவல்களை நமக்கு வழங்க முடியும். ஆனால் நம்புங்கள், நம்மில் யாராலும் அதைப் புரிந்து கொள்ள முடியாது.

தேவனுடைய வார்த்தையைக் பரிகாசம் செய்யும் எல்லா மக்களுக்கும், நான் சொல்ல ஒரு முக்கியமான விஷயம் இருக்கிறது: அண்டச் சராசரங்களிலும்

காணப்படாத பகுதிகளிலும் இன்னும் நிறைய இருக்கிறது. பார்க்கும் விஷயங்கள் மற்றும் உங்கள் சிறிய மூளை கையாளக்கூடிய தகவல்களின் அடிப்படையில் தேவன் பேசிய வார்த்தையை ஒருபோதும் தீர்மானிக்க வேண்டாம். ஏற்கெனவே நமக்குக் கொடுக்கப்பட்டவற்றைக் கூட நம்மில் ஒருவராலும் கையாள முடியாது என்பதை அவர் அறிந்திருப்பதால், மீதமுள்ள விவரங்களை ஒதுக்கி வைத்துவிட்டு, வெளிப்படுத்தப்பட்ட சத்தியத்தை மகிழ்ச்சியுடன் ஏற்றுக்கொள்பவர்களுக்கே அவற்றை வெளிப்படுத்துவது சிறந்தது என்று அவர் எண்ணலாம் (உபாகமம் 29:29)!

அண்ட சராசரமும் ஆரம்பத்தில் வெறுமையாக இருந்தது என்று கூறி, பெருவெடிப்பு (Big Bang/பிக் பேங்) கோட்பாட்டை முன்வைத்த அறிஞர்களுக்கு நல்ல கைத்தட்டல் கொடுப்போம்! ஆதியாகமம் 1:1-ஐ நிரூபிக்க அந்த அறிஞர்களுக்கு தங்கள் வாழ்நாள் முழுவதையும் செலவிட்டனர். அவர்களது கோட்பாட்டிலிருந்து அவர்கள் தள்ளி வைத்த ஒரே நபர் தேவன். அவருக்கே அனைத்து பெருமையும் சாரும் என்பதால் அதைக் கொடுக்க அவர்கள் விரும்பவில்லை. அதுதான் முன்னேறிய, ஞானவான்களின் மன அமைப்பு. தேவன் சொன்னதை அவர்கள் வெறுமனே நம்பியிருந்தால், மற்றவர்களுக்குப் பல வழிகளில் நன்மை பயப்பவர்களாக இருந்து, பூமியில் தங்கள் நேரத்தைப் பலன்தரும் விதத்தில் பயன்படுத்தியிருக்கக் கூடும். தேவன் ஒருவர் இருக்கிறார், அவர் நல்லவர் என்று நம்ப முடியாதவர்களை உலகம் உயர்வாகப் பேசுகிறது, கைதட்டுகிறது, அவர்களுக்கு விருது வழங்குகிறது.

வரலாற்றின் பெரும்பகுதி வாய்மொழி மூலம் தலைமுறை தலைமுறையாகக் பரப்பப்பட்டிருக்கும் என்பதை நாம் புரிந்து கொள்ள வேண்டும். ஆதாம் சேத்துக்கு அனைத்தையும் கூறியிருப்பான். அதே போன்று இன்னும் பல நடந்திருக்கும். இந்தத் தகவல்கள் தலைமுறை தலைமுறையாகக் பரப்பப்படும் போது, நிறையத் தகவல்கள் தொலைந்து போயிருக்கும். முன்னோர்களில் பெரும்பாலானோர் கல்வியறிவைப் பெற்றிருக்கவில்லை. எனவே, நோவா, ஆபிரகாம், ஈசாக்கு, யாக்கோபு அல்லது அவரது மகன்களில் எவரும் எதையும் பதிவு செய்ததாக நம்மால் காணமுடியவில்லை. உடன்படிக்கைகள் பொதுவாக வாய்மொழி மற்றும் அவற்றை உறுதிப்படுத்துவதற்காக ஒரு பலி செய்வதன் மூலம் ஏற்படுத்தப்பட்டன (இரத்த உடன்படிக்கை). எந்த ஒரு காரியத்தைக் குறித்தும் ஒருவருக்கொருவர் உடன்படிக்கை செய்துகொள்ளும்போது அவர்கள் ஒன்றாகச் சாப்பிடுவார்கள், குடிப்பார்கள். பேசப்பட்ட வார்த்தைகள்,

மற்றும் இரத்த உடன்படிக்கை இரு தரப்பினரையும் கட்டுப்படுத்தியது! இன்று போலல்லாமல் இவர்கள் தங்கள் வார்த்தைகளை உயர்வாக மதித்தார்கள். மனிதக்குலத்தின் நன்மைக்காக, அடுத்த தீர்க்கதரிசியான மோசேக்கு அந்த காலகட்டத்திலே சிறந்த கல்வி மற்றும் திறன்கள் கிடைக்கப் பெறுவதைத் தேவன் உறுதி செய்தார். எகிப்தில் உள்ள பார்வோனின் அரண்மனையை விடச் சிறந்த இடம் எது? தேவன் எல்லாவற்றிற்கும் ஒரு நோக்கம் வைத்திருக்கிறார். அம்ராமும் யோகெபேத் (லேவியரும்) குழந்தை மோசேயை விசுவாசத்தினாலே மறைத்து, தேவனுடைய சித்தத்தின்படி நடந்தார்கள். தேவன் அவர்களுடைய விசுவாசத்தை மதித்து, பார்வோன் கட்டளையிட்ட படுகொலையிலிருந்து மோசேயைக் காப்பாற்றி, அவனை ஒரு இளவரசனாக அரண்மனைக்கு அழைத்துச் சென்றார்! தேவனுடைய விரலுக்கு ஈடு இணை எதுவுமில்லை! மோசே தன்னுடைய எல்லா யூத சகோதரர்கள் மத்தியிலும் மிகச் சிறந்த கல்வியைப் பெற்றான். அடுத்தடுத்த தலைமுறைகளுக்குத் தகவலைக் கொடுக்க தேவன் இதைப் பயன்படுத்தினார், நமக்கும் கூட!

ஆதியாகமம் 1:2ல், பூமி எப்படி இருந்தது என்று தேவன் கூறுகிறார்:

✡ பூமியானது ஒழுங்கின்மையாய் இருந்தது (வடிவம் மற்றும் இட அமைப்பு இல்லாதது).

✡ வெறுமையாய் இருந்தது (மக்கள், விலங்குகள், தாவரங்கள் இல்லாதது).

✡ ஆழத்தின்மேல் இருள் இருந்தது (ஒளி இல்லாதது).

✡ தேவ ஆவியானவர் ஜலத்தின்மேல் அசைவாடிக்கொண்டிருந்தார், முற்றிலும் நீரால் சூழப்பட்டுள்ளது (நிலம் இல்லாதது).

மேற்கண்ட இந்த நான்கு தேவைகளில், முதலில் தேவனுடைய ஞானம் ஒளியை உருவாக்குவதைக் காண்கிறோம். ஆனால், அதற்கு முன் இருந்த ஒரே அம்சம் தண்ணீர்தான். பூமியில் எங்கும் தண்ணீர் இருந்தது. எனவே வெளிச்சத்திற்கு முன்பே தண்ணீர் இருந்தது. ஆனால் தேவன் இந்த தண்ணீரைப் படைப்பின் இரண்டாவது மற்றும் மூன்றாவது நாட்களில் ஒழுங்குப்படுத்தினார். நீர் ஒவ்வொரு உயிரினத்திற்கும் மற்றும் பூமி முழுவதற்கும் ஒரு முக்கிய அம்சமாகும். ஆரம்ப பள்ளி குழந்தைகள் கூட தண்ணீரின் முக்கியத்துவத்தை எடுத்துரைக்க முடியும். இது வாழ்க்கையின் இன்றியமையாத அம்சமாகும். இந்த வார்த்தை நீரைப் பன்முக முறையில் குறிக்கிறது. இது வாழ்க்கைக்கு இன்றியமையாதது என்பதைத் தவிர, சுத்திகரிப்பு மற்றும் நியாயத்தீர்ப்புக்கான

அடையாளமாகவும் இருக்கிறது. தேவனுடைய மக்களைப் பொறுத்த வரையில் தண்ணீர் தூய்மைக்கு எனவும், அவிசுவாசிகளைப் பொறுத்தவரையில் தண்ணீர் நியாயத்தீர்ப்பை குறிப்பதாகவும் கருதுகின்றனர். இது இருமுனைகள் கொண்ட வாள். நோவாவின் காலத்தில், நோவாவின் குடும்பத்தைத் (மொத்தம் எட்டு உறுப்பினர்கள்) தவிர அனைத்து மக்களும் ஜலப்பிரளயத்தின் தண்ணீரால் அழிக்கப்பட்டனர். அதேபோல், எகிப்தியர்கள் செங்கடலைக் கடக்க முயன்றபோது அவர்கள் எல்லாரும் மூழ்கிப்போனார்கள். இரண்டு சம்பவங்களிலும் யாரும் உயிருடன் இருக்கவில்லை. ஆலயத்திலும் (ஆசாரியர்களுக்கு) வீட்டிலும் யூதர்களுக்குச் சுத்திகரிப்பின் முக்கிய அம்சமாகத் தண்ணீர் இருந்தது. இதைப்பற்றிக் கூறுவதற்கு இன்னும் உள்ளது.

யோவான் ஏழாவது அத்தியாயத்தில், யூதர்கள் 'கூடாரப் பண்டிகையை' கொண்டாடுவதைப் பற்றி வாசிக்கிறோம். இந்த விருந்தில் நம் ஆண்டவருக்குத் தீங்கு செய்ய முயன்ற மக்கள் இருந்தனர். இந்த கட்டத்தில், கர்த்தரின் குடும்ப உறுப்பினர்கள் கூட அவரை நம்பவில்லை, அவரை ஏளனம் செய்தனர், அவரது அழைப்பை நிரூபிக்கப் பண்டிகைக்கு (எருசலேமுக்கு) செல்லுமாறு தூண்டினர். நிலைமையைச் சரியாக உணர்ந்த அவர், எல்லா ஆண்களும் ஆண்டுக்கு மூன்று முறை தேவனுக்கு முன்பாக வர வேண்டும் என்று கூறிய நியாயப்பிரமாணத்திற்கு (உபாகமம் 16:16-17) கீழ்ப்படிந்ததால், இரகசியமாக (வெளிப்படையாக அல்ல) பண்டிகைக்குச் சென்றார். இது ஆண்டின் கடைசி பண்டிகை, எல்லாவற்றையும்விட மிகவும் பிரமாண்டமானது, மிகுந்த மகிழ்ச்சியும் கொண்டாட்டமும் நிறைந்த நேரம். அது ஒரு கூடாரப் பண்டிகையாக இருந்தது. மக்கள் தற்காலிக கூடாரங்களை (கூடாரங்கள்) அமைத்தனர். இது தேவன் தங்கள் முன்னோர்களை வனாந்தரத்தில் பாதுகாத்து, அடைக்கலம் கொடுத்து, அவர்களைப் போஷித்துக் காப்பாற்றி அற்புதமாக வழி நடத்தி, வாக்குப்பண்ணப்பட்ட தேசத்திற்கு அழைத்து வந்து அங்கு அறுவடையை அனுபவிக்க அவர்களை உண்மையுடன் அழைத்துச் சென்றதை அடையாளப்படுத்தும் விதமாக கொண்டாடப்படுகிறது. அவர்கள் கர்த்தருக்கு முன்பாக சந்தோஷமடைந்து, விருந்துண்டு, தோராவின் (வேதாகமத்தின் முதல் ஐந்து புத்தகங்கள்) வாசிப்பையும், போதனையையும் கேட்பார்கள். இது உண்மையில் ஒரு மகிழ்ச்சியான பண்டிகை.

இந்தப் பண்டிகையின் முக்கியமான ஒருங்கிணைந்த பகுதி இறுதி நாள், 'ஏழாவது நாள்' அல்லது **'பெரிய நாள்'**. விருந்தின் முதல் நாள் தொடங்கி,

ஒவ்வொரு நாளும், பிரதான ஆசாரியன் ஒரு தங்கக் குடத்தை (ஒரு குவளை போல) எடுத்துக்கொண்டு, மற்ற ஆசாரியர்களுடன் ஊர்வலமாக சீலோவாம் குளத்திற்கு நடந்து சென்று, குளத்திலிருந்து தண்ணீரால் குடத்தை நிரப்புவான். இந்தக் குளம் எருசலேம் நகரத்தின் முக்கியமான தண்ணீர் ஆதாரமாக இருந்தது. கீகோன் நீரூற்றுகளிலிருந்து வெட்டப்பட்ட ஒரு தனி நிலத்தடி கால்வாய் இதற்கு ஆதாரமாக இருக்கிறது. எனவே, இது தூய்மையானது மற்றும் 'உயிர் கொடுக்கும்' நீரூற்று என்று கருதப்பட்டது. 'உயிர் கொடுக்கும்' தண்ணீர் அடங்கிய இந்தக் குடம் பிரமாண்ட ஊர்வலமாக ஆலயத்திற்குக் கொண்டு வரப்பட்டது. அவர்கள் ஆலயத்தை அடைந்த பிறகு, ஆசாரியர்கள் ஒன்று முதல் ஆறு நாட்கள் ஒவ்வொரு நாளும் ஒரு முறை பலிபீடத்தைச் சுற்றி வந்து அந்த தண்ணீரைப் பலிபீடத்தின் மீது ஊற்றுவார்கள். ஆனால் ஏழாம் நாளில், ஆசாரியர்கள் பலிபீடத்தை ஏழு முறை சுற்றுவர். அதே நேரத்தில் ஜனங்கள் அனைவரும் இரட்சிப்புக்காகக் கர்த்தரை நோக்கிக் கூப்பிடுவர். அடுத்த ஆண்டுக்கான மழையின் அளவு இந்த நாளில் கடவுளால் முத்திரையிடப்பட்டது என்றும் நம்பப்பட்டது. இந்த தண்ணீர் ஊற்றப்பட்டது மிகவும் முக்கியத்துவம் வாய்ந்தது. இதே நாளில், ஏழாம் நாளிலே பலிபீடத்தின்மேல் தண்ணீர் ஊற்றப்பட்டு, ஜனங்கள் இரட்சிப்புக்காக மன்றாடிக்கொண்டிருந்த நேரத்தில், ஆலயத்தில் ஜனங்களுக்குப் போதித்துக் கொண்டிருந்த கர்த்தராகிய இயேசு எழுந்திருந்து, சத்தமிட்டு: "ஒருவன் தாகமாயிருந்தால் என்னிடத்தில் வந்து, பானம் பண்ணக்கடவன். வேதவாக்கியம் சொல்லுகிறபடி, என்னை விசுவாசிக்கிறவன் எவனோ, அவனுடைய இருதயத்திலிருந்து ஜீவத்தண்ணீருள்ள நதிகள் ஓடும்" என்று அறைகூவல் விடுத்தார். பரிசுத்த ஆவியானவரைக் குறித்து அவர் இவ்வாறு கூறினார். அவரே ஜீவ தண்ணீரின் ஊற்று. கிணற்றருகே இருந்த சமாரியப் பெண்ணிடமும் இதையே கூறினார் (யோவான் 4:10,14).

மேல்வீட்டறையில் நடந்த கடைசி இரவு பந்திக்கு பிறகு, அவர் தமது சீடர்களின் கால்களைத் தண்ணீரால் கழுவினார். இந்த சம்பவம் மிகவும் முக்கியத்துவம் வாய்ந்தது. துரதிர்ஷ்டவசமாக, சிலர் இதை இன்று சில சபைகளில் அர்த்தமற்ற சடங்காக மாற்றியுள்ளனர். ஒவ்வொரு யூதரும் வழக்கமாக தங்கள் கால்களையும் கைகளையும் கழுவிய பின்னரே உணவருந்துவார்கள். அதுவும் பஸ்கா போன்ற ஒரு பண்டிகையை அனுசரிக்கும்போது இந்தப் பழக்கத்தை யாரும் தவறவிட மாட்டார்கள். சீஷர்கள் செருப்பு அணிந்து நீண்ட தூரம்

நடந்ததால் அவர்களுடைய கால்கள் தூசி படிந்திருந்தபோதிலும், கடைசி பந்தியின்போது அவர்களுடைய கால்கள் அனைத்தும் சுத்தமாக இருந்தன. நம் ஆண்டவர் அன்று அவர்களுடைய பாதங்களில் படிந்திருந்த தூசியைச் சுத்தம் செய்ய எண்ணவில்லை. ஆனால் அவருடைய சீஷர்களாக இருப்பதன் நோக்கத்தைக் குறித்து அவருடைய சீஷர்களுக்கு ஒரு முன்மாதிரியாக இருந்தார். இது 'சேவை மனப்பான்மையின்' சாராம்சத்தையும், விசுவாசிகளாகிய நமக்கு நடக்கும் 'வசனத்தின் தண்ணீரால்' தொடர்ந்து சுத்திகரிப்பதன் முக்கியத்துவத்தையும் அடையாளப்படுத்துகிறது (எபேசியர் 5:26). இரட்சிக்கப்பட்ட பிறகு நாம் ஒரு பரிபூரண வாழ்க்கையை வாழ விரும்பினாலும், புதுப்பிக்கப்படாத மனதின் காரணமாக சில நேரங்களில் தோல்வியடைகிறோம். எனவே, இந்த தொடர்ச்சியான சுத்திகரிப்பு ஒரு தேவை ஆனால் இது முற்றிலுமாக தேவனுடைய வார்த்தையின் வேலை. ஆகையால், நாம் தோல்வியடையும் ஒவ்வொரு முறையும், நாம் தேவனுடைய வார்த்தையிடம் சென்று, தேவனுடைய வார்த்தையின் சுத்திகரிப்பையும், இரக்கத்தைப் பெறவும், தேவைப்படும் காலங்களில் உதவக் கிருபையைக் கண்டுபிடிக்கவும் முடியும் என்ற உறுதியையும் பெற வேண்டும். கர்த்தராகிய இயேசுவிடம் பேதுரு தலை முதல் கால் வரை கழுவும்படி கேட்டபோது அவனுக்கு அளித்த பதிலின் அர்த்தம் இதுதான் (யோவான் 13:10). அன்று ராத்திரியிலே கர்த்தர் யூதாஸ்காரியோத்தின் கால்களையும் கழுவினார்; மன்னிப்பு அவனுக்கும் வாய்த்திருந்தது, ஆனால் அவன் அதைப் ஏற்றுக்கொள்ளவில்லை. ஏனென்றால் அவனுடைய இருதயத்திலிருந்த கண்டன உணர்வு அவனைக் கொன்றது. கண்டன உணர்வு என்பது அந்த அளவுக்கு கேடு விளைவிக்கும்!

இதையெல்லாம் விரிவாக ஆராய்ந்து விட்டோம். இனி அவருடைய பிள்ளைகளைப் பொறுத்தவரைத் தண்ணீர் என்பது சுத்திகரிப்பு மற்றும் இரட்சிப்புக்கானது என்ற முடிவுக்கு நாம் வரலாம். கர்த்தராகிய இயேசு சிலுவையில் மரித்தபோது, எல்லா மனிதக்குலத்தின் இரட்சிப்புக்காகவும் சுத்திகரிப்புக்காகவும் அவர் ஊற்றப்பட்டார் (வார்க்கப்பட்டார்).

கர்த்தராகிய இயேசு சிலுவையில் அறையப்பட்டு ஆக்கினைக்குள்ளாக்கப்படுவதற்கு முன்பு அநாவசியமாக கூடுதலாக அடிக்கப்பட்டார் என்பது உங்களுக்குத் தெரியுமா? கசையடி என்பது சிலுவையில் அறையப்படுவதற்கான நெறிமுறையின் ஒரு பகுதி என்பதை நான் முன்பே

விளக்கியுள்ளேன். ஆனால் பிலாத்து அவரை ஆக்கினைக்குள்ளாக்குவதற்கு முன்பாக அவரை கசையினால் அடித்தான். யூதர்கள் கர்த்தராகிய இயேசுவை மரண தண்டனைக்காக ரோமர்களிடம் ஒப்படைத்தனர். ஆனால் பிலாத்து போதுமான தண்டனை வழங்கப்பட்டுவிட்டது என்று யூதர்களை நம்ப வைப்பதற்காக அவரைக் கொடூரமான சவுக்கடிகளால் சாட்டையால் அடிக்கச் செய்தான். யூதர்கள் இன்னும் நம்பவில்லை, இறுதியாக, அவன் அவருக்கு மரண தண்டனையைக் கொடுத்தான். "அவர் எந்தக் குற்றமும் செய்யவில்லை" என்று யூதர்களுக்கு முன்பாக இதை அறிவித்தான்; ஆனால் எந்த பயனுமில்லை. தான் ஆட்சி செய்த மக்களின் தயவைப் பெறுவதற்காகச் சமரசம் செய்து கொண்டான்.

தாவீது, சங்கீதம் 34:20-ல், "அவனுடைய எலும்புகளையெல்லாம் காப்பாற்றுகிறார்; அவைகளில் ஒன்றும் முறிக்கப்படுவதில்லை" என்று தீர்க்கதரிசனம் உரைத்தான். அதேபோல், அவருடைய எலும்புகளில் ஒன்று கூட முறிக்கப்படவில்லை. ரோமர்கள் எக்காரணத்திற்காகவும் அவருடைய கால்களை உடைக்க தேவன் அனுமதிக்கவில்லை. பஸ்கா ஆட்டுக்குட்டியின் எலும்புகளை முறிக்க வேண்டாம் என்று கர்த்தர் கட்டளையிட்டபோது இது குறிக்கப்பட்டது (யாத்திராகமம் 12:46). இத்தனை கசையடிகளுக்குப் பிறகும் அவரது எலும்புகளில் வலிமை இல்லை. அன்று அவரை கையாளப்பட்ட விதத்தில், அவரது உடலில் உள்ள ஒவ்வொரு மூட்டும் இடம்பெயர்ந்திருக்கும் என்று நான் நம்புகிறேன். இது சாத்தியம் என்று நான் நம்பினாலும், அதனுடன் தொடர்புடைய மற்றொரு உண்மையும் உள்ளது. அன்று அவருடைய சீடர்கள் யாரும் அவருக்கு ஆதரவாக நிற்கவில்லை. எல்லோரும் அவரைக் கைவிட்டனர். எபேசியர் 5:30 கூறுகிறது, 'நாம் அவருடைய சரீரத்தின் அவயவங்களாயும், அவருடைய மாம்சத்திற்கும் அவருடைய எலும்புகளுக்கும் உரியவர்களாயும் இருக்கிறோம்' என்று. கர்த்தராகிய இயேசு கிறிஸ்துவின் சரீரத்தில் நாம் ஒவ்வொருவருக்கும் ஒரு பங்கு இருக்கிறது. மனித உடலைப் போலவே 'மூட்டுகளில்' நாம் ஒன்றாக இணைந்திருக்கிறோம். அந்த இரவில், ஒவ்வொரு சீடரும் ஓடிப்போனார்கள். கிறிஸ்துவின் சரீரத்தை உடல் ரீதியாகப் பிரித்தனர். சரீர மற்றும் ஆத்தும வேதனைகளும் அவரைக் கொல்ல முடியவில்லை. **ஜீவனைக் கொடுக்கும் வல்லமை அவருடைய கரங்களில் இருந்தது.** தேவனிடமிருந்து வந்த நியாயத்தீர்ப்பு முடிவடையும் வரை நியமிக்கப்பட்ட தருணத்திற்காக அவர் காத்திருந்தார். அவர் எல்லாவற்றையும் அனுபவித்த பின்னரே, 'முடிந்தது' என்று சொல்லி, தம்முடைய ஆவியைப்

பிதாவின் கரங்களில் ஒப்புக்கொடுத்து ஜீவனை விட்டார். அன்றைய தினம் சிலுவையில் அறையப்பட்ட அனைவரின் கால்களையும் முறிக்கும்படி யூதர்கள் வேண்டுகோள் விடுத்தனர். ஆனால் போர்ச்சேவகர் நம் ஆண்டவரிடம் வந்தபோது, அவர் ஏற்கனவே மரித்திருந்தார். எனவே அவர்கள் அவருடைய கால்களை முறிக்கவில்லை (யோவான் 19:31-33). இது நம்முடைய கர்த்தருக்கும், மேசியாவைப் பற்றிய தீர்க்கதரிசனத்திற்கும் இடையிலான தொடர்பை உடைக்க யூதர்கள் வேண்டுமென்றே செய்த முயற்சியாகும். தேவன் அவர்களின் திட்டங்களை முறியடித்தார்! யூத நம்பிக்கைகளில் எலும்புகள் மிக முக்கிய பங்கு வகிக்கின்றன. இதன் முக்கியத்துவத்தைப் பின்னர் விளக்குகிறேன். நீங்கள் அதை வாசிக்க கூடுமானால் அது ஒரு சுவாரஸ்யமான வாசிப்பாக இருக்கும்.

கர்த்தராகிய இயேசு தமது வாழ்க்கை முறையின் மூலம் ஒரு சிறந்த ஆவியை வெளிப்படுத்தினார். அவர் சாந்தமாகவும், இரக்கமுள்ளவராகவும் இருந்தார், இருப்பினும் தைரியமாகவும் உறுதியாகவும் இருந்தார். அவர் குணத்தில் ஒரு சரியான சமநிலையை நிரூபித்தார் மற்றும் நமக்குச் சரியான முன்மாதிரியாக இருந்தார். அவரது சீஷர்கள் உட்பட, யாரும் அவரை ஏமாற்ற முடியாது. அவர் எந்த நேரத்திலும் மனிதர்களை மகிழ்விக்கவோ அல்லது அவர்களின் கருத்தை நம்பியோ இருந்ததில்லை. அவரைச் சுற்றியுள்ளவர்கள் அவருடைய வார்த்தையின் நிமித்தம் புண்பட்டால், அவர் அவர்களைச் சமாதானப்படுத்தவோ அல்லது தன்னை விளக்கவோ முயற்சிக்கவில்லை. அவர் சத்தியத்திலும், அவருடைய வாழ்க்கையின் மீதான தேவனின் அழைப்பிலும் மிகவும் வேரூன்றியிருந்தார், எண்ணிக்கை அவருக்கு ஒருபோதும் முக்கியமல்ல. அதனால்தான் அவர் எப்போதும் தன்னுடன் இருக்க பன்னிரண்டு பேரை மட்டுமே தேர்ந்தெடுத்தார். இந்த தைரியமான நபர் தமது இருதயத்தை மென்மையாக்கி, நம்மீது அவர் வைத்திருந்த அன்பின் காரணமாகத் தம்மைத் தாழ்த்தினார். அதனால் அவர் தமக்காகப் போரிடக் காத்திருந்த பன்னிரண்டு லேகியோன்களை ஒருபோதும் பயன்படுத்தவில்லை. அதுதான் நம்மீது அவர் வைத்திருக்கும் அன்பின் ஆழம்!

அண்ட சராசரங்களையும் தம் கைகளில் வைத்திருக்கும் மாபெரும் வலிமையும் வல்லமையும் கொண்ட தேவன், அவருக்கு அந்த நாளில் எந்த வலிமையும் இல்லை. பானை ஓடு (உலர்ந்த களிமண்ணால் செய்யப்பட்ட உடைந்த பானை) உண்மையில் உலர்ந்து மற்றும் ஈரப்பதம் இல்லாதது.

அதனால்தான் அது எளிதில் உடைகிறது. நாம் இன்று உலர்ந்த மற்றும் மனச்சோர்வான வாழ்க்கையை வாழ வேண்டியதில்லை என்பதற்காக வாழ்க்கையின் ஒவ்வொரு துளியும் அவரிடமிருந்து எடுக்கப்பட்டது. அவர் சிலுவையில் எவ்வளவு வறண்டு இருந்தார்! இவை எல்லாவற்றிற்கும் மேலாக, அவரது உடல் முழுவதும் தசைப்பிடிப்பை ஏற்படுத்தும் உடல் வலி இருந்தது; இதனால் அவரது நாக்கு அவரது தாடையில் ஒட்டிக்கொண்டது. அவருக்குச் சொந்தமான அனைத்தையும் அன்றே கொடுத்தார்! என்றென்றும் வாழும் தேவன் அன்று நமக்காக மரணத்தை ருசி பார்க்க வேண்டியதாயிருந்தது!

16. நாய்கள் என்னைச் சூழ்ந்திருக்கிறது; பொல்லாதவர்களின் கூட்டம் என்னை வளைந்துகொண்டது; என் கைகளையும் என் கால்களையும் உருவக் குத்தினார்கள்.

யூதர்கள் புறஜாதியாரை நாய்கள் என்று கடந்த காலங்களில் குறிப்பிட்டுள்ளனர். அப்படி அழைத்ததற்காக அவர்களை இனவாதிகள் என்று முத்திரை குத்துவதற்கு முன்பு, நாம் மீண்டும் படைப்புக்குச் சென்று சில விஷயங்களைக் கற்றுக்கொள்வோம். எல்லா விலங்குகளும் தேவனால் படைக்கப்பட்டன. ஒவ்வொரு உயிரினமும் தேவனை மகிமைப்படுத்தும் நோக்கத்துடன் படைக்கப்பட்டன. படைப்பின் போது, ஒவ்வொரு விலங்கும் ஒரு தாவர உண்ணி; அவை அனைத்தும் ஒற்றுமையாக வாழ்ந்தன. வீழ்ச்சிக்குப் பிறகு, நிலைமை மாறியது. சாத்தான் ஆதாமும் ஏவாளும் வருவதற்கு முன்பு, அவன் முதலில் மிருகஜீவன்களின் ராஜ்யத்தை ஏமாற்றினான் என்பது உங்களுக்குத் தெரியுமா? இல்லையெனில், அவன் ஒரு சர்ப்பத்தின் உடலிலிருந்து ஏவாளை எப்படி அணுகினான்? எனவே, சாத்தானின் வஞ்சகத்திற்கு முதல் இரையானது ஒரு மிருகம் (சர்ப்பம்), தேவனால் முதல் சாபத்தைப் பெற்றது. இன்றுவரை, அவைகள் உலகின் மிகவும் வெறுக்கப்படும் உயிரினங்களில் ஒன்றாகும். ஆதாமும் ஏவாளும் சர்ப்பத்தோடு கைகுலுக்கியபோது, மனிதர்கள், மிருகங்கள், தாவரங்கள் என அனைத்து உயிரணுவுக்கும் மரணம் வர ஆரம்பித்தது. படைப்பு தவறான பாதையை எடுத்தது, ஒழுக்கக்கேடு ஆதிக்கம் செலுத்தியது, பூமியின் அழிவுக்கான நேரம் ஏதேன் தோட்டத்தில் தொடங்கியது. ஆனால் தேவன் நம்மீது வைத்திருந்த அன்பின் காரணமாக, கர்த்தராகிய இயேசு கிறிஸ்துவின் நன்மையை விசுவாசிப்பவர்களுக்கு அவருடன் நித்தியத்தைச் செலவிட ஒரு வழியை ஏற்படுத்த நினைத்தார்.

இந்த வீழ்ச்சிக்குப் பிறகு, விலங்குகள், தாவர உண்ணிகளிலிருந்து மாமிச உண்ணிகளாக மாறின, மேலும் மனிதக்குலமும் இதில் இணைந்தது. செடிகளையும் விட்டுவைக்கவில்லை. பல்வேறு வகையான பூச்சியுண்ணும் தாவரங்கள் இன்றும் உள்ளன. ஏமாற்றுக்காரனால் உலக அமைதி குலைந்தது.

தேவன் தாம் தெரிந்துகொண்டதைப் பிரித்தெடுத்து வைத்ததைப் போலவே, பசுக்கள், எருதுகள், காளைகள், செம்மறியாடுகள், வெள்ளாடுகள், புறாக்கள், ஆமை புறாக்கள், தானியங்கள், பழங்கள் போன்ற சில விலங்கு மற்றும் தாவர இனங்களையும் ஒப்பீட்டளவில் சுத்தமானவை என்று ஒதுக்கி வைத்துள்ளார். இவை அனைத்தும் அவரை மகிமைப்படுத்துவதற்காக ஒதுக்கி வைக்கப்பட்ட மீதியானவைகள். மேலே குறிப்பிடப்பட்ட மிருகங்களும் பொருட்களும் பழைய ஏற்பாட்டு நியாயப்பிரமாணத்தின்படி தேவனுக்குப் பலி செலுத்தப் பயன்படுத்தப்பட்டன. எல்லா விலங்குகளிலும், இவை படைக்கப்பட்ட விதத்திற்கு மிக நெருக்கமாக இருந்தன. மற்ற விலங்குகளோ, பொதுவாக அவற்றை விட பலவீனமானவைகளை வேட்டையாடி, இரத்தத்தை தங்கள் உணவின் இன்றியமையாத பகுதியாக மாற்றின. அவற்றின் பசி ஆர்வம் சதை முதல் இரத்தம் வரை அனைத்து வகையான அழுக்குகள் (அழுகும் விலங்குகள் மற்றும் அவற்றின் சடலங்கள்) வரை இருந்தது. நாய்கள் கூட இந்த வகையைச் சேர்ந்தவை என்பதை இன்று நாம் நன்றாகக் காணலாம். நம் வீட்டில் செல்லப்பிராணிகளாக வளர்க்கும் விலங்குகள், தெருக்களில் திரியும் நடமாடும் விலங்குகளை விட நல்ல நடத்தை கொண்டவை. எனக்கு ஒரு செல்ல நாய் உள்ளது, நான் அதை நேசிக்கிறேன். நாய்க்குட்டியாக வீட்டுக்கு அழைத்து வந்தோம். இத்தனை பயிற்சிகளும் இருந்தும் கூட சில சமயங்களில் அது தனது 'நாய் இயல்புக்கு' திரும்புகிறது. அது எனக்கு அருவருப்பாக இருக்கிறது. நாய் பிரியர்கள் இதைச் சாதாரணம் என்று நிராகரிக்கலாம். அதற்கு நல்ல தரமான உணவும், சுத்தமான தண்ணீரும் அதனது தேவைக்கேற்ப தருகிறோம். ஆனால் அதின் செயல் சில நேரங்களில் அருவருப்பாகவும் வெறுக்கத்தக்கதாகவும் இருக்கிறது. என்ன இருந்தாலும், அது ஒரு நாய் தானே. நாம் எவ்வளவுதான் அதற்குப் பயிற்சி கொடுத்தாலும் அதனால் மனிதனைப் போல் இருக்க முடியாது. அதற்குள் இருக்கும் இயல்பை முற்றிலுமாக மாற்ற முடியாது, ஆனால் பயிற்சியின் மூலம் கட்டுப்படுத்த முடியும். இது சாதாரணமானது என்று நிராகரிக்கப்படுவதற்கான காரணம், நூறு சதவீதம் நாய்கள் இந்த

நடத்தையைக் காட்டுகின்றன. அவைகள் அனைத்தும் வீழ்ச்சியின் விளைவு என்பதையே இது நிரூபிக்கிறது. எனது பகுதியில் தெரு நாய்கள் செய்யும் மோசமான செயல்களை நான் பார்த்திருக்கிறேன். அதை நான் நிச்சயமாகச் சாதாரணமான செயல் தான் என்று நினைத்துவிட முடியாது.

அந்த நாட்களில் யூதர்கள் யாரும் நாய்களைச் செல்லப்பிராணிகளாக வளர்க்கவில்லை, ஏனென்றால் அவை அசுத்தமானவை (கோச்சர் அல்லாதவை) என்று வகைப்படுத்தப்பட்டன. சுத்தமான (கோச்சர்) விலங்குகளின் பட்டியலில் அவை சேர்க்கப்படவில்லை. வேதாகமத்தில், நாய்கள் மனிதர்களைத் தின்று இரத்தத்தை நக்கியதாக அறியப்படுகிறது (1இராஜாக்கள் 22:38). அவைகள் தங்கள் வீழ்ச்சியடைந்த உள்ளுணர்வுகளின்படியே வாழ்ந்தன. அதை இன்று மக்கள் சாதாரணமாக விவரிக்கிறார்கள். அதனால்தான் அக்காலத்தில் புறஜாதியாரை (தங்கள் இயற்கை உள்ளுணர்வுகளின்படி வாள்பவர்கள்) நாய்கள் என்று அழைக்கப்பட்டனர். இது புறஜாதியாருக்கான பட்டம். எல்லா அசுத்தமான காரியங்களையும் விட்டும் விலகியிருக்கும்படி யூதர்களுக்குக் கட்டளையிடப்பட்டதன் காரணமாக, நியாயப்பிரமாணத்தால் அவர்கள் ஓரளவிற்குக் கட்டுப்பாட்டில் இருந்தனர். ஒழுங்கான வாழ்க்கைக்கான தேவனுடைய தராதரம் மோசேயின் மூலம் யூதர்களுக்கு நியாயப்பிரமாணமாக வழங்கப்பட்டது. ஏனென்றால் தேவன் அவர்களை உலகத்திலிருந்து பிரித்தெடுத்தார். மனிதன் எப்படிப் படைக்கப்பட்டிருக்கிறான் என்பதை அவர்களுக்குக் காட்டினார். இருப்பினும், நியாயப்பிரமாணத்தின் முக்கிய நோக்கம், அவர்களுடைய மாம்சம் ஏற்கனவே கெட்டுப்போயிருப்பதால், தேவனுக்கு முன்பாக நீதிமான்களாக இருப்பதற்கு அவர்கள் ஒருபோதும் தங்கள் சுயத்தைச் சார்ந்திருக்க முடியாது என்று அவர்களுக்குக் கற்பிப்பதே ஆகும். ஆதிமுதல் சொல்லப்பட்டு வந்த தீர்க்கதரிசனங்களுக்கு இசைவாக, ஒரு இரட்சகர் தேவை என்பதை அவர்கள் உணரும்படி நியாயப்பிரமாணம் கொடுக்கப்பட்டது.

புறஜாதியாரில் பெரும்பான்மையானவர்கள் தேவனால் கொடுக்கப்பட்ட மனசாட்சியைக் காட்டிலும் தங்கள் சொந்த மாம்ச சிந்தையினால் வழிநடத்தப்பட்டனர் (ரோமர் 1:19-20). எனவே, அவர்கள் நாய்களுக்குச் சற்றும் குறைந்தவர்கள் அல்ல என்று கருதப்பட்டனர். ஒழுக்கக்கேடு, விபசாரம், சுயநலம், துன்மார்க்கம் போன்றவை இந்த புறஜாதியாருக்கு வாழ்வியலாகவே இருந்தது. அவை இன்று இருப்பதைக் காட்டிலும் அதிகமாக இருந்தது. மக்கள்

தங்கள் சொந்தக் குழந்தைகளையே விக்கிரகங்களுக்குப் பலியிட்டு கொலை செய்தார்கள்! இதுபோன்ற அருவருக்கத்தக்கச் செயல்கள் அரசாங்க சட்டத்தின் கீழ் தண்டிக்கப்படும் சிறந்த காலங்களில் நாம் வாழ்கிறோம், தேவனுக்கு நன்றி! வருத்தகரமாக, இஸ்ரவேலரும் வாக்குப்பண்ணப்பட்ட தேசத்தை சுதந்தரித்து, தேவனுடைய கட்டளைகளுக்குக் கீழ்ப்படியாததின் காரணமாக மிகவும் துன்பங்களை அனுபவித்த பின்பு இத்தகைய அருவருப்புகளில் விழுந்தனர்.

இங்கே, ரோமர்கள் நாய்கள் என்று குறிப்பிடப்படுகிறார்கள். இந்த நபர்கள் கல் இதயம் கொண்டவர்கள், இரக்கமற்றவர்கள், ஒழுக்கக்கேடான அதிகார வெறியர்கள், அவர்கள் உயர்ந்த இடத்தில் இருப்பதற்காக எதையும் செய்வார்கள். அவர்கள் தங்கள் உள்ளார்ந்த மனசாட்சியால் ஆளப்படவில்லை. அவர்களுடைய வாழ்க்கை, பணம், அதிகாரம் மற்றும் இன்பம் ஆகியவற்றைக் கொண்டிருந்தது. கடைசியில், தானியேல் மூலம் தேவன் தீர்க்கதரிசனம் உரைத்தபடியே, அவர்களுடைய சகாப்தமும் முடிவுக்கு வந்தது. குறிப்பிடத்தக்க விஷயம் என்னவென்றால், அந்த நேரத்தில் அவர்கள் அதிகாரத்திலிருந்தபோதிலும், யூதர்கள் அவரை அவர்களிடம் ஒப்படைக்கும் வரை அவர்கள் அவர்மீது விரல் வைக்க முடியவில்லை. அப்போதுதான் நாயின் சக்தி கட்டவிழ்த்து விடப்பட்டது. ஒரு தீர்க்கதரிசனம் எவ்வளவு துல்லியமாக இருக்க முடியுமா, யூதர்கள் அதைக் கவனிக்கவில்லையா?

17. என் எலும்புகளையெல்லாம் நான் எண்ணலாம்; அவர்கள் என்னை நோக்கிப் பார்த்துக்கொண்டிருக்கிறார்கள்.

ரோமர்கள் அவரை கொன்ற பொழுது அவரது உடலில் ஒரு எலும்பு கூட முறிக்கப்படவில்லை என்பதற்கு இது சரியான சான்றாகும். சிலுவையில், அவருடைய மாம்சமும் எலும்புகளும் வெளிப்படுத்தப்பட்டன. அது நம்மை சபைக்கு ஒப்பிடுகிறது. ஏனென்றால் நாம் அவருடைய மாம்சத்திற்கும் அவருடைய எலும்புகளுக்கும் உரியவர்களாயும் இருக்கிறோம் (எபேசியர் 5:30). நம் உடலில் மிகவும் உணர்திறன் வாய்ந்த உறுப்பு தோல் ஆகும். இது பல இலச்சக்கணக்கான வலி ஏற்பிகளைக் கொண்டுள்ளது. கசையடி கொடுத்ததிலிருந்து தோல் முழுவதுமாக கிழித்தெடுக்கப்படுவதைக் கற்பனை செய்து பாருங்கள்! அதுதான் பெரிய வலி! இவையெல்லாம் அம்பலப்படுத்தப்பட்டாலும், அவருடைய எலும்புகள் எதுவும் முறிக்கப்படாதபடி

தேவன் பார்த்துக் கொண்டார். நாம் நொறுங்கிய, மனச்சோர்வடைந்த, ஒடுக்கப்பட்ட வாழ்க்கையை வாழ விரும்பவில்லை. அவருடைய எலும்புகள் அவரை உற்றுப் பார்த்ததைப் போலவே நாமும் அவரை நிமிர்ந்து பார்க்க வேண்டும் என்று எதிர்பார்க்கப்படுகிறோம். இதைத்தான் நாம் பரிசுத்த திருவிருந்தில் பங்கெடுத்துக் கடைப்பிடிக்கிறோம்.

18. என் வஸ்திரங்களைத் தங்களுக்குள்ளே பங்கிட்டு, என் உடையின்பேரில் சீட்டுப்போடுகிறார்கள்.

கர்த்தர் சிலுவையில் அறையப்படும்போது அவருடைய வஸ்திரங்களைப் பிரித்து, அவருடைய அங்கிக்காகச் சீட்டுப்போடுவதைப் பற்றிய தீர்க்கதரிசனம் துல்லியமானது! இது அன்று அங்கிருந்த அனைத்து மக்களின் கண்களுக்கு முன்பாக நிறைவேறியது. கர்த்தருடைய ஆடைகளுக்காக ஜனங்கள் ஏன் சண்டையிடுகிறார்கள் என்பதை என்னால் புரிந்து கொள்ள முடியவில்லை. இதை நன்கு புரிந்து கொள்வதற்காக, உலகம் முழுவதும் இதுவரை நடைமுறையில் உள்ள மரண தண்டனைகளைப் பற்றி ஆராய்ச்சி செய்தேன். அதுமட்டுமின்றி, அந்த நாட்களில் யூத உடைகள் குறித்தும் ஆராய்ச்சி செய்தேன். அவர் நம்மீது வைத்துள்ள அன்பைப் புரிந்துகொள்ள நம்மில் பெரும்பாலோர் சிலுவை மரணத்தின் விவரங்களுக்குள் செல்ல கவலைப்பட மாட்டோம். தேவன் தம்முடைய அன்பினால் நம்மை இரட்சிப்புக்குள்ளாக இழுக்கிறார். நம்மில் பெரும்பாலோர் அவரை நமது இரட்சகராக ஏற்றுக்கொள்ள இது போதுமானதாக இருக்கும். ஒரு நபர் நம்மை நரகத்தின் குழியிலிருந்து காப்பாற்றவும், இங்கே பூமியில் ஒரு அற்புதமான வாழ்க்கையை நமக்குக் கொடுக்கவும் போதுமான அக்கறை காட்டினார் என்பதை அறிவதில் நம்மில் பெரும்பாலோர் திருப்தியடைவோம். என் விஷயமும் இதுதான். ஆனால் வெறுமனே சாதாரணமாக வாசிப்பதை விட அவருடைய வார்த்தையைத் தியானிக்கக் கர்த்தர் எனக்குக் கற்பித்ததிலிருந்து, அவர் என்னை ஆழமான சத்தியத்திற்குள் வழிநடத்தினார். அது என்னைப் பெருமளவில் மேம்படுத்தி, வாழ்க்கைக்குப் பலனளிக்கும் முன்னேற்றத்தைக் கொடுத்தது.

மரண தண்டனைகள் பற்றிய ஆராய்ச்சி மிகவும் வருத்தமளித்தது. மேலும் நான் சிறந்த காலங்களில் வாழ்கிறேன் என்று தேவனுக்கு நன்றி செலுத்த வைத்தது. சில நாகரிகங்களில் கடைப்பிடிக்கப்படும் தண்டனைகளைப்

பார்த்தல் மனிதனின் இதயம் மிகவும் கொடூரமானதாகவும், நம்பிக்கைக்கு அப்பாற்பட்டதாகவும் இருந்திருக்க வேண்டும். மரண தண்டனைகள் பற்றிய ஆராய்ச்சியை நாம் செய்யும்போது மனிதக்குலம் எந்த அளவிற்கு வீழ்ச்சியடைந்துள்ளது என்பது தெளிவாகிறது. மேலும் நீங்கள் ஒவ்வொருவரும் இணையத்திற்குச் சென்று அதை நீங்களே ஆராய்ச்சி செய்ய வேண்டும் என்று நான் பரிந்துரைக்கிறேன். ஏனெனில் இது இந்த புத்தகத்தின் எல்லைக்கு அப்பாற்பட்டது. யூத சட்டம் நான்கு வழிகளில் மரண தண்டனையை அனுமதித்தது: கல்லெறிதல், தீக்கிரையாகுதல், கழுத்தை நெரித்தல் மற்றும் தலை துண்டித்தல். முதல் மூன்று தண்டனைகள், தண்டனை செய்த குற்றவாளிகளுக்கு மட்டுமே வரையறுக்கப்பட்டிருந்தன, கடைசியானது யூதர்கள் அல்லாதவர்களுக்கு, குறிப்பாக கானானியர்களுக்கு பிரத்தியேகமாக இருந்தது. பல சமயங்களில், இஸ்ரவேலர்கள் தேவனுடைய வார்த்தைக்குக் கீழ்ப்படியாமல், தேவனை விட தாங்களே அதிக அனுதாபம் உள்ளவர்கள் என்று காட்டிக் கொண்டனர். இதன் விளைவாக, அவர்கள் எப்போதும் அதிக விலை செலுத்த வேண்டியிருந்தது. அந்த நாட்களில் உள்ள மற்ற அனைத்து தண்டனைகளிலும் இவை மிகவும் மனிதாபிமானவை என்பதை உறுதிப்படுத்துகிறேன். காலங்காலமாகக் கொடூரமான தண்டனைகள் வழங்கப்பட்டாலும், மனிதனின் இதயத்தைத் தீமையிலிருந்து விலக்கி வைக்க முடியவில்லை என்பது எனக்கு இன்னும் ஆச்சரியமாக இருக்கிறது! நியாயப்பிரமாணம் கூட பாவத்தை அடக்க முடியவில்லை. ஆனால் நியாயப்பிரமானமும், தண்டனைகளும் அக்கிரமத்தையும் ஓரளவுக்கு கட்டுப்படுத்த முடிந்தது. கடந்த காலங்களுடன் ஒப்பிடுகையில், இன்று நடைமுறையில் உள்ள மரண தண்டனைகள் மிகவும் மனிதாபிமானவை.

இங்கே, சிலுவை மரணத்தைப் பற்றி விரிவாகக் கூறுவதோடு நிறுத்திக் கொள்ள விரும்புகிறேன் அதில் சில முக்கிய அம்சங்கள்:

✡ இது ரோமர்கள் நடைமுறைப்படுத்திய முக்கிய மரண தண்டனைகளில் ஒன்றாகும்.

✡ அவர்கள் இந்த கலையை அசீரியர்களிடமிருந்தும், பாபிலோனியர்களிடமிருந்தும் கற்றுக்கொண்டு அதை முழுமைப்படுத்தினர். இந்த தீர்ப்பு பொதுவாக ரோமர்கள் அல்லாதவர்களுக்கும் சில விதிவிலக்கான ரோமர்களுக்கும் வழங்கப்பட்டது. அவர்கள் ராஜ துரோகத்திற்காக தண்டிக்கப்பட்டனர்.

✡ ஆண், பெண் இருபாலரும் சிலுவையில் அறையப்படலாம்.

✡ இது ஒரு நூற்றுக்குத் அதிபதியாலும் அவனுக்குக் கீழான வீரர்களாலும் நடத்தப்படும்.

✡ அதிகபட்ச சித்திரவதை, தங்கள் கொடுமையைப் பகிரங்கமாக வெளிப்படுத்துதல், உச்சக்கட்ட அவமானம் ஆகியவற்றை உள்ளடக்கியது.

✡ மக்கள் தங்களுக்கு கீழ்ப்படிந்து அடங்கி இருப்பதற்காக மற்ற மக்களுக்கு ஒரு பாடமாக இது பொதுமக்கள் பார்வையில் அரங்கேற்றம் செய்யப்பட்டது.

✡ ஒரு நேரத்தில் சிலுவையில் அறையப்பட்டவர்களின் எண்ணிக்கை ஒன்று முதல் ஆறாயிரம்வரை கூட இருக்கும். எண்ணிக்கை அதிகமாக இருக்கும்போது, அதற்காக அனுப்பப்பட்ட நூற்றுக்கு அதிபதி மற்றும் வீரர்களும் அதிகமாக இருப்பார்கள்.

✡ சிலுவையில் அறையப்படுவதற்கான முதல் படி, தண்டனை விதிக்கப்பட்டவரின் ஆடைகளைக் களைந்த பிறகு சாட்டையால் அடிப்பது. அந்த நபரின் கைகள் அவரது தலைக்கு மேலே அல்லது ஒரு கம்பத்தில் கட்டப்படும். மேலும் முழு முதுகும் கூர்மையான உலோகத் துண்டுகள், எலும்புகள் மற்றும் கற்கள் அவற்றின் முனைகளில் இணைக்கப்பட்ட கயிறுகளால் சாட்டையால் அடிக்கப்படும். இது தோலில் ஒட்டிக்கொண்டு, கீழே உள்ள சதை மற்றும் எலும்புகளை வெளிப்படுத்த அதைக் கிழித்துவிடும். இந்த நிலையிலேயே சிலர் திடீர் மாரடைப்பால் இறந்துவிடுவார்கள். அடிகளின் எண்ணிக்கை பொதுவாக நாற்பது ஆக இருக்கும். பின்னர் அவர்கள் அந்த ஆடைகளை மீண்டும் அவர்களுக்கு அணிவித்து, சிலுவையை (பொதுவாகக் கிடைமட்ட பட்டை) சுமந்து செல்லச் செய்வார்கள். மேலும் சிலுவையில் அறையப்படுவதற்காக நகரத்திற்கு வெளியே (ஆனால் அருகில்) நடக்க வைப்பார்கள்.

✡ நியமிக்கப்பட்ட இடத்தில், தண்டனை விதிக்கப்பட்டவரின் ஆடை முற்றிலும் அகற்றப்படும் (முழுமையான அவமானம்). அவரது மணிக்கட்டு மற்றும் கால்கள் நான்கிலிருந்து ஆறு அங்குல ஆணிகளைப் (பொதுவாகத் துருப்பிடித்தவை) பயன்படுத்தி மரத்தில் ஆணியடிக்கப்படும்.

✡ திடீர் மாரடைப்பு, மூச்சுத்திணறல் மற்றும் செப்டிக் அதிர்ச்சி காரணமாகச் சவுக்கடி கொடுக்கப்பட்ட நேரத்திலிருந்து சிலுவையில் அறையப்பட்ட நான்கு நாட்கள் வரை எப்போது வேண்டுமானாலும் மரணம் சம்பவிக்கலாம். நூற்றுக்கு அதிபதியோ படைவீரர்களோ கொஞ்சமாவது இரக்கம் காட்டத் தீர்மானித்தால், மரணத்தை சீக்கிரம் சம்பவிக்க அந்த நபரின் கால்களை முறிப்பார்கள்.

✡ அந்த நபர் இறந்த பிறகு, குடும்ப உறுப்பினர்கள், உறவினர்கள் அல்லது நண்பர்கள் தங்கள் சம்பிரதாயங்களுடன் உடலை அடக்கம் செய்ய விரும்பினால், அவர்கள் ஒரு ரோம நீதிபதியை அணுகி அவ்வாறு செய்ய அனுமதி பெற வேண்டும். உரிமை கோராதிருந்தால், பறவைகளுக்கும் மிருகங்களுக்கும் உணவாக உடல் சிலுவையில் தொங்கும்.

✡ அந்த நபர் சிலுவையில் அறையப்பட்ட பிறகு, ரோம வீரர்கள் தண்டனை விதிக்கப்பட்டவர்களின் பொருட்களை (ஆடைகள், செருப்புகள் போன்றவை) பகிர்ந்து கொள்வது பொதுவான நடைமுறையாக இருந்தது. இந்த நாட்களில் ஊழல் செய்யும் அதிகாரிகளுக்கு இது மிகவும் ஒத்திருக்கிறது. அவர்கள் பாதிக்கப்பட்ட மக்களிடமிருந்து தங்களால் முடிந்ததைப் பெற முயற்சிக்கிறார்கள். இவை அவர்களின் தனிப்பட்ட பயன்பாட்டிற்காக எடுத்துக் கொள்ளப்பட்டன, விற்கப்பட்டன அல்லது அவர்களால் சிலுவையில் அறையப்பட்ட நபர்களின் எண்ணிக்கையைக் காண்பிக்க நினைவுப் பொருட்களாகச் சேகரித்து வைக்கப்பட்டன. அநேகமாக அது அவர்களின் பதவி உயர்வுக்கு வேலை செய்திருக்கலாம்.

சங்கீதத்தில் கொடுக்கப்பட்ட இந்த தீர்க்கதரிசனத்தின் நிறைவேற்றத்தை யோவான்19: 23 மற்றும் 24 உறுதிப்படுத்துகிறது. மற்ற சுவிசேஷங்களோடு ஒப்பிடுகையில் யோவான் இதை விரிவாகப் பதிவு செய்திருக்கிறான். போர்ச்சேவகர் இயேசுவைச் சிலுவையில் அறைந்தபின்பு, அவருடைய வஸ்திரங்களை எடுத்து, ஒவ்வொரு சேவகனுக்கு ஒவ்வொரு பங்காக நான்கு பங்காக்கினார்கள்; அங்கியையும் எடுத்தார்கள், அந்த அங்கி, தையலில்லாமல் மேலே தொடங்கி முழுவதும் நெய்யப்பட்டதாயிருந்தது. அவர்கள், 'இதை நாம் கிழியாமல், யாருக்கு வருமோ என்று இதைக்குறித்துச் சீட்டுப்போடுவோம்' என்று ஒருவரோடொருவர் பேசிக்கொண்டார்கள். "என் வஸ்திரங்களைத்

தங்களுக்குள்ளே பங்கிட்டு, என் உடையின்மேல் *சீட்டுப்போட்டார்கள்"* என்கிற வேதவாக்கியம் நிறைவேறத்தக்கதாகப் போர்ச்சேவகர் இப்படிச் செய்தார்கள் என்றான்.

அப்போஸ்தலர் யோவானின் பதிவின் அடிப்படையில், நம் ஆண்டவரின் நாட்களில் யூத ஆடை அணியும் விதம் குறித்து நான் சில ஆராய்ச்சி செய்தேன். ஒரு யூத மனிதனின் ஆடை குறைந்தபட்சம் மூன்று அத்தியாவசிய பொருட்களைக் கொண்டிருந்தது: ஒரு உட்சட்டை, அதன் மேல் ஒரு சால்வை அல்லது மேலங்கி (சால்வையில் 4 மூலைகளிலிருந்து தொங்கும் தூரிகைகள் இருந்தன), மற்றும் செருப்புகள் (தோல் பட்டைகள் கொண்ட மரத்தாலான அடித்தளம் அல்லது முழுவதுமாக தோல் கொண்டு செய்யப்பட்டவை). இதனுடன், அவர்கள் வழக்கமாக இடுப்பில் ஒரு கச்சை அல்லது இடைவார் மற்றும் தலையை மறைக்கும் ஒரு கச்சை அணிவார்கள். பட்டைகளைப் பயன்படுத்தி தோராவிலிருந்து எழுதப்பட்ட வார்த்தைகள் சுருட்டப்பட்டு நெற்றியிலும் கையிலும் அணியப்பட்டிருந்தன.

உட்சட்டை அவர்களின் உள் ஆடையாக இருந்தது, பெரும்பாலும் கைத்தறியால் ஆனது, நீண்ட கைகள் மற்றும் முழங்கால்களுக்குச் சற்று கீழே (பெண்களுக்குக் கணுக்கால் நீளம்) இருக்கும். இந்த ஆடையுடன் காணப்பட்டால், ஒரு யூத மனிதன் நிர்வாணமாகக் கருதப்படுவான். ஆனால், மீனவர்கள் இதை மட்டுமே அணிந்து கொண்டு வேலை செய்வது வழக்கம். பொது இடத்தில் முழு நிர்வாணம் (முற்றிலும் ஆடை இல்லை) அருவருப்பாகக் கருதப்பட்டது. குறைந்தபட்சம், யூதர்கள் ஒரு மேலங்கியை அணிய வேண்டியிருந்தது. இந்த சட்டைக்கு மேல், தோள்களையும் பின்புறத்தையும் மறைக்கும் ஒரு மேலங்கி அல்லது சால்வை அணியப்படும். முன்புறம் திறந்திருக்கும். சால்வையில் உள்ள தூரிகைகள் கர்த்தருடைய கட்டளைகளை நினைவூட்டின. மேலங்கி கையில்லாததாக இருக்கலாம் அல்லது கை பகுதியை கொண்டிருக்கலாம். இது பல நோக்கங்களுக்கு உதவியது. நபரின் சமூக-பொருளாதார நிலைக்கு ஏற்ப நீளம் மாறுபடும்; செல்வந்தர்கள் நீண்ட மேலங்கி (சால்வை) அணிந்திருந்தனர். உள்ளாடையும் மேலாடையும் வசதிக்காக இடுப்பில் ஒரு கச்சையால் பிணைக்கப்பட்டிருக்கும்.

கர்த்தருடைய வஸ்திரத்தைப் பற்றி நாம் பார்க்கும் போது, அது முற்றிலும், குறைந்தபட்சம் உள்ளாடையேனும் இரத்தத்தால் நனைந்திருக்க வேண்டும்

என்பதை நாம் புரிந்து கொள்ளலாம். இங்குக் கவனிக்க வேண்டிய சுவாரஸ்யமான விஷயம் என்னவென்றால், கர்த்தர் அணிந்திருந்த மேலாடை தையலில்லாமல் நெய்யப்பட்டதாயிருந்தது. பேராசை பிடித்த ரோமர்கள், சீட்டுப்போட்டு ஒரு ஆள் முழுவதையும் எடுத்துக்கொள்வது நல்லது என்று நினைத்தார்கள். அவரது அங்கி விலை உயர்ந்ததாக இல்லாவிட்டால், அவர்கள் ஏன் அப்படி நினைக்க வேண்டும்? இரத்தக் கறை ஒரு பிரச்சனை அல்ல; அதைப் பின்னர் கழுவலாம். இதுவே நிறைய கற்றுத் தருகிறது, யோவான் அதைக் கவனித்துப் பதிவு செய்வதில் தனிக் கவனம் செலுத்தினான். இரத்தம் தோய்ந்த அந்த மேலங்கி ஒரு போர்சேவகனிடம் சென்றது. நாம் தேவனைச் சந்திக்கும் போது, அந்த அங்கி அந்த போர்சேவகனின் வாழ்க்கையை எப்படி மாற்றியிருக்கும் என்பதை நாம் நிச்சயம் கேட்போம்! யோவான் தெளிவாக அவரது ஆடை (வெளிப்புற ஆடை) நான்கு பகுதிகளாகப் பிரிக்கப்பட்டது என்று குறிப்பிடுகிறான்; மற்றும் ஒவ்வொரு போர்சேவகனும் ஒருபகுதியை எடுத்துக்கொண்டார்கள். எனவே அன்று நம் ஆண்டவரின் மரணத்தில் குறைந்தபட்சம் நான்கு வீரர்கள் இருந்தனர் என்று நாம் கருதமுடியும்.

கர்த்தராகிய இயேசு தெருவில் ஒரு பிச்சைக்காரனைப் போல வாழ்ந்தார் என்ற எண்ணத்திற்கு மாறாக, வார்த்தையின் ஆய்வின் மூலம் தேவன் எனக்கு அளித்த வெளிப்பாட்டை வழங்க விரும்புகிறேன். மீன்பிடித்தல், விவசாயம், ஆடு மேய்த்தல், தச்சு வேலை, வியாபாரம் போன்ற பல்வேறு தொழில்களை நம் ஆண்டவர் காலத்தில் மக்கள் செய்து வந்தனர். இது இந்த நாட்களில் ஒரு மருத்துவர் அல்லது பொறியாளர் அல்லது வங்கியாளர் வேலை போன்றது. தச்சு வேலை ஆரம்பத்திலிருந்தே ஒரு தொழிலாக இருந்து வருகிறது. அனைத்து தொழில்களும் மரியாதைக்குரியவை, அவர்கள் மதிக்கப்பட்டனர். நவீனக் கால அளவுகோலை வைத்து அவர்களின் சமூக-பொருளாதார நிலையை நாம் மதிப்பிட முடியாது. நமது கர்த்தர் தயது தந்தையுடன் தச்சு பட்டறையில் வேலை செய்தபோது அவரது பணியில் சிறந்தவராக இருந்தார் என்று நான் நம்புகிறேன். அவரது திறமை அவர்களின் தச்சுத் தொழிலை பிரபலமாக நடத்த உதவியிருக்கும். ஒரு நாள் அவரை சிலுவையில் அறையப் பயன்படுத்தப்படும் அதே பொருட்களுடன் அவர் வேலை செய்தார். இந்த செய்தி உங்கள் இருதயத்தில் எதையாகிலும் பேசுகிறதா? அவர் ஏன் ஆடு மேய்க்கும் அல்லது விவசாயி குடும்பத்தில் பிறக்கவில்லை? எல்லாவற்றிற்கும் மேலாக, தாவீது ஒரு மேய்ப்பன். அவர் அந்த பரம்பரையிலிருந்து வந்தவர்.

அவர் ஏன் ஒரு லேவிய குடும்பத்தில் பிறக்கவில்லை? மோசே ஒரு லேவியராக இருந்தார். அவரைப் போன்ற ஒருவர் எதிர்காலத்தில் வருவார் என்றும், எல்லோரும் அவருக்குக் கீழ்ப்படிய வேண்டும் என்றும் தீர்க்கதரிசனம் உரைத்தார் (உபாகமம் 18:15). பரிசுத்த வேதாகமத்தில் உள்ள ஒவ்வொரு வார்த்தையும் முக்கியமானது. அவை ஒரு காரணத்திற்காக எழுதப்பட்டுள்ளது. தச்சு பட்டறையில் உள்ள மரம் அவரது அழைப்பைப் பற்றித் தொடர்ந்து அவருக்கு நினைவூட்டும் என்று நீங்கள் நினைக்கவில்லையா? நிச்சயமாக இப்பொழுது நினைத்திருப்பீர்கள்.

நம் ஆண்டவர் பிறந்த காலங்களையும், அவர் பிறந்த சூழ்நிலைகளையும் நாம் புரிந்து கொள்ள வேண்டுமானால், நாம் சற்று பின்னோக்கிச் சென்று அந்த நாட்களின் உலகத்தைப் புரிந்து கொள்ள வேண்டும். கர்த்தராகிய இயேசு கிறிஸ்துவின் பிறப்புபற்றி, கிறிஸ்துமஸ் பாரம்பரியங்கள் மற்றும் கட்டுக்கதைகள், பரிசுத்த வேதாகமம் கூறுகிற உண்மையை அனுமதிக்கவில்லை என்பது மிகவும் வருந்தத்தக்கது. எப்படி என்று விவரிக்கிறேன். மரியாளும் யோசேப்பும் கர்த்தர் பிறப்பதற்கு வெகு காலத்திற்கு முன்பே மக்கள் தொகை கணக்கெடுப்புக்காக யூதேயாவுக்கு வந்தனர். **அவ்விடத்திலே அவர்கள் இருக்கையில், அவளுக்குப் பிரசவகாலம் நேரிட்டது** (லூக்கா 2:6). மரியாள் மிகுந்த பிரசவ வலியுடன் பெத்தலகேமுக்கு வந்ததாகவும், சத்திரத்தில் இடமில்லாதபடியால், அவர்கள் தொழுவத்தில் தங்கினார்கள் என்றும் பெரும்பாலான காணொளிகளில் சித்தரிக்கப்படுவதை காண்கிறோம்.

மக்கள் தொகை கணக்கெடுப்பிற்காக ஆயிரக்கணக்கான மக்கள் தங்கள் பெயர்களைப் பதிவு செய்ய ஒரு நகரத்திலிருந்து மற்றோரு நகரத்திற்குச் செல்ல வேண்டியிருந்தது. இது ஒரே இரவில் நடந்த சம்பவம் அல்ல. துரதிர்ஷ்டவசமாக, முந்தைய மக்கள் தொகை கணக்கெடுப்பிலிருந்து தகவல்களைச் சேமிக்க இப்போது நம்மிடம் உள்ள தொழில்நுட்பம் (கணினிகள் போன்றவை) அவர்களிடம் இருந்ததில்லை. அனைத்தும் கையால் பதிவு செய்யப்பட்டன. அவை அனைத்தையும் பதிவு செய்வதற்கு, நாட்கள் முதல் மாதங்கள் அல்லது இரண்டு ஆண்டுகள் கூட ஆகியிருக்கும். இத்தனை காலமும் எங்கெல்லாம் இடம் கிடைத்ததோ அங்கெல்லாம் தங்க வேண்டியிருந்தது. அவர்களின் சத்திரங்கள் (மாறாக உறவினர்களின் வீடுகளில் உள்ள விருந்தினர் அறைகள்) நமது நவீன கால தங்குமிடம் (ஓட்டல்) மற்றும் விடுதிகளுடன் ஒப்பிட முடியாது.

அவை ஒரு குறிப்பிட்ட கூடுதல் எண்ணிக்கையிலான மக்களுக்கு இடமளிக்க நீட்டிக்கப்பட்ட வீடுகள் மட்டுமே (விருந்தோம்பல் பண்பு யூதர்களின் வழக்கமாக இருந்தது). அவர்களுக்கு ஒரு பொதுவான சமையலறையிலிருந்து உணவு வழங்கப்பட்டது. மேலும் பலர் ஒரு அறையை ஆக்கிரமித்து அதைப் பகிர்ந்து கொள்ளும் துயிற்கூடங்களைப் போல அந்த அறைகள் இருந்திருக்கலாம். உறவினர்கள் இருந்தவர்கள் அவர்களுடன் தங்கியிருக்கலாம்.

அங்குத் தங்கியிருந்தபோது, மரியாளுக்குப் பிரசவ வலி ஏற்பட்டதால், மற்ற குடியிருப்பாளர்கள் அனைவரும் அவர்களுக்காக அறையை காலி செய்வதை விடத், தம்பதியினர் ஒரு தனி இடத்திற்குச் செல்வது எளிதாக இருந்திருக்கும். அந்த நாட்களில் பெரும்பாலானவர்கள் விலங்குகளை வைத்திருந்தனர். இவை கால்நடை வளர்ப்புக்கு மட்டுமின்றி, போக்குவரத்திற்காகவும் பயன்படுத்தப்பட்டன. எனவே, வாகனங்களை நிறுத்துவதற்கு (நம்மைப் போல) வாகன நிறுத்துமிடம் வைத்திருப்பதைப் போலவே, விலங்குகளைக் கட்டி வைத்திருப்பதற்கும் ஒரு நிலையான இடம் இருந்தது. ஒரு அவசர காலகட்டத்தில் கிடைக்கக்கூடிய தனியாருக்குச் சொந்தமான இடமாக இருந்ததால், மரியாளும் யோசேப்பும் தனிப்பட்ட இடம் தேடி அங்குச் சென்றிருப்பார்கள். வரலாற்றுக் குறிப்புகளின்படி, அந்த நாட்களில் வீடுகளில் உள்ள தொழுவங்கள் சுத்தமாகவும், மிகவும் நேர்த்தியாகவும் பராமரிக்கப்பட்டன. மரியாளும் யோசேப்பும் "அவர்களால் விடுதியில் ஒரு அறை வாங்க முடியவில்லை" என்று அந்த வார்த்தை சொல்லவில்லை. "சத்திரத்தில் அவர்களுக்கு இடமில்லை" (லூக்கா 2:7) என்று தெளிவாகக் கூறுகிறது. அந்த நாட்களின் நிலைமைகளை இன்றைய ஆடம்பர பிரசவங்களுடன் ஒப்பிட்டால், மோசமான சூழ்நிலையை நாம் நம்பிவிடுவோம்.

பாதுகாப்பான பிரசவத்திற்குப் பிறகு, மரியாள் குழந்தை இயேசுவைத் துணியால் சுற்றி (அந்த நாட்களில் ஒரு வழக்கமான நடைமுறை), முன்னணையில் (குழந்தைக்குக் கிடைக்கக்கூடிய ஒரே வசதியான படுக்கை) கிடத்தினார்கள். நான் என் குழந்தைகளைப் பெற்றெடுத்தபோது, அவர்களைக் குளிப்பாட்டி, உணவளித்து, மெத்தை அல்லது தொட்டில் போன்ற பாதுகாப்பான இடத்தில் கிடத்துவது வழக்கம். மரியாளும் யோசேப்பும் அதைத்தான் செய்தார்கள். ஆனால் இந்த குறிப்பிட்ட நிகழ்வு அதிக முக்கியத்துவம் வாய்ந்தது மற்றும் தேவதூதர்கள் கர்த்தருடைய பிறப்பை வெளிப்படுத்திய **மேய்ப்பர்களுக்கு** **ஒரு** **அடையாளமாக** இருந்தது. பரபரப்பான நகரத்தில், அன்றிரவே

புதிதாகப் பிறந்த குழந்தையை துணிகளால் சுற்றப்பட்டு, ஒரு முன்னணையில் கண்டெடுப்பதில் என்ன வாய்ப்புகள் உள்ளன? அநேகமாக லட்சத்தில் ஒருவர்! கர்த்தருடைய பிறப்பின் மகிழ்ச்சியைப் பகிர்ந்து கொள்ளும் சிலாக்கியம் மேய்ப்பர்களுக்கு வழங்கப்பட்டது. பரிசேயர்களோ, ஏரோது ராஜாவோ, ரோமப் பேரரசரோ அல்ல. சாமானியர்களுடன் 'உலாவுவதை' கர்த்தர் விரும்புகிறார். நீங்கள் முக்கியத்துவம் வாய்ந்தவர் இல்லையென்றாலும், பரவாயில்லை, உங்களுடன் வாசம் செய்வதில் கர்த்தர் மிகுந்த மகிழ்ச்சி அடைகிறார்! அவர் நல்ல மேய்ப்பராக இருக்கிறபடியால், இரட்சகரின் பிறப்பின் மகிழ்ச்சியில் மேய்ப்பர்கள் பங்கேற்க வேண்டும் என்று அவர் விரும்பினார். இந்த மேய்ப்பர்கள் 'இராத்திரியிலே தங்கள் மந்தைகளைக் காத்துக்கொண்டிருந்தார்கள்.' அவருடைய மேய்ப்பர்கள் (போதகர்கள், மூப்பர்கள், சுவிஷேசகர்கள் போன்றவர்கள்) எல்லா நேரங்களிலும் அவருடைய மந்தையை (சபையை) கண்காணிக்க வேண்டும் என்று கர்த்தர் விரும்புகிறார் (மத்தேயு 24: 45-51); குறிப்பாக இரவு நேரங்களில், நகரத்திற்கு வெளியே திறந்த வெளிகளில் வேட்டையாடுபவர்களால் அவை அதிகம் பாதிக்கப்படுகின்றன.

ஏறக்குறைய இரண்டு ஆண்டுகள் ஆண்டவரின் குடும்பம் யூதேயாவிலுள்ள பெத்லகேமில் தங்கியிருந்தார்கள். அது எப்படிச் சொல்லுகிறீர்கள் என்று நீங்கள் கேட்கலாம்? கிழக்கிலிருந்து வந்த சாஸ்திரிகளை நினைவிருக்கிறதா? இவர்கள் (யூதரல்லாதவர்கள்) பெர்சிய தேசத்தைச் சேர்ந்த வானியலாளர்கள். அவர்கள் நட்சத்திரங்களை ஆராய்ந்தனர். நட்சத்திரங்கள் நகராது என்பதை நாம் அனைவரும் அறிவோம். இந்த உண்மையை இவர்கள் நன்கு அறிவார்கள். நகர்ந்து கொண்டிருந்த ஒரு நட்சத்திரம் அவர்களுடைய கவனத்தை ஈர்த்தது. அது யூதர்களுடைய ராஜாவின் நட்சத்திரம் என்று அவர்களுக்குத் தெரிந்திருந்தது! நட்சத்திரத்தைப் பின்தொடரத் தேவன் அவர்களை வழிநடத்தினார். இந்த புதிய ராஜாவைக் கௌரவிக்கவும், வணங்கவும் அவர்கள் பல பரிசுகளுடன் வந்தனர். ஆயிரக்கணக்கான மைல்கள் பயணம் செய்து எருசலேமுக்கு வந்தார்கள். குழந்தை இருந்த இடத்திற்கு அவர்களை வழிநடத்த நட்சத்திரத்தை தொடர்வதற்குப் பதிலாக அவர்கள் ஏரோதின் அரண்மனைக்குச் சென்று அங்கு விசாரித்தனர். தனக்குப் பதிலாக ராஜாவாக யாராவது பிறந்தால் ஏரோது அதை எப்படி விரும்புவான்? எனவே, நட்சத்திரம் தோன்றிய 'நேரத்தை' குறித்து ஞானிகளிடம் விசாரித்தான். மரண தண்டனை விதிக்கப்பட வேண்டிய குழந்தைகளின் வயதை அவன் நிர்ணயித்தது மிகவும்

முக்கியமானது. பின்னர் அவன் அந்த 'சாஸ்திரிகளிடம்' விஷயத்தைக் கேட்டு உறுதிப்படுத்தினான். தேவையான தகவல்களைப் பெற்று, குழந்தையின் இருப்பிடத்தை வெளிப்படுத்த அந்த சாஸ்திரிகள் தன்னிடம் திரும்பி வராததால் மிகவும் கோபமடைந்து இரண்டு வயதுக்குட்பட்ட அனைத்து ஆண் குழந்தைகளையும் அழிக்க நடவடிக்கை எடுத்தான் (மத்தேயு 2:16). தனக்குப் பிடித்த எண் இரண்டு என்பதால் அவன் அதைத் தோராயமாகத் தேர்ந்தெடுத்தான் என்று சொல்ல முடியாது! அவன் தனக்கு வழங்கப்பட்ட அனைத்து தகவல்களையும் கொண்டு குழந்தையின் தோராயமான வயதைக் கணக்கிட்டான். எனவே, சாஸ்திரிகள் வந்தபோது குழந்தை இயேசுவுக்கு சுமார் இரண்டு வயது என்று நாம் நம்பிக்கையுடன் கூறலாம். ஆம், அவரைச் சந்தித்த ஞானிகளின் எண்ணிக்கையும் வேதாகமத்தில் கொடுக்கப்படவில்லை. குறிப்பிடப்பட்ட மூன்று பரிசுகளால் மூன்று பேர் என்பதாகப் படத்தில் சித்தரிக்கலாம். இந்த மூன்று பரிசுகள் குறிப்பிடப்பட்டதற்கான காரணம், மகிமையான எண்ணைக் கொடுப்பதற்காக அல்ல; மாறாக முக்கியமான ஒன்றைக் குறிப்பதற்காக. பொன் தமது ராஜரீகத்தை அறிவித்தது; தூபவர்க்கம் அவரது ஆசாரியத்துவத்தை சித்தரித்தது, மற்றும் வெள்ளைப்போளம் மனுக்குலத்தின் இரட்சிப்புக்காக அவர் அனுபவிக்க வேண்டிய கசப்பைக் குறிக்கிறது! மூன்றுமே விலையுயர்ந்த பரிசுகள்! இவற்றைப் பிதா கர்த்தராகிய ஆண்டவருக்கு எவ்வாறு வழங்கினார் என்பதற்கு இது ஒரு சிறந்த எடுத்துக்காட்டு.

ஞானிகள் வேறொரு வழியாய்ப் புறப்பட்டுச் சென்ற சிறிது நேரத்தில், யோசேப்பு அன்றிரவே தாயையும் குழந்தையையும் எடுத்துக் கொண்டு எகிப்துக்குப் புறப்படும்படி தேவனால் எச்சரிக்கப்பட்டான்; அவன் அப்படியே செய்தான். ஏரோதுவும் அவனுக்குத் தீங்கு செய்ய முயன்ற அனைவரும் மரித்த பிறகு, தேவன் அவர்களை நாசரேத்துக்கு அழைத்து வந்தார். அங்கு அவர் தம்முடைய பெற்றோருக்குக் கீழ்ப்படிந்து வளர்ந்தார்.

கர்த்தராகிய இயேசு மிகவும் ஏழையாகவும், ஆதரவற்றவராகவும் இருந்தார் என்று மக்கள் நினைப்பதற்கான பொதுவான காரணம், லூக்கா 2:24 (ஒரு பிள்ளையைப் பெற்றபின் சுத்திகரிப்பதற்கான வழக்கமான பலி), 2 கொரிந்தியர் 8:9 (கர்த்தர் ஐசுவரியவானாயிருந்தும், நம் நிமித்தம் தரித்திரரானார்), மற்றும் லூக்கா 9:58 / மத்தேயு 8:20 (நரிகளுக்குக் குழிகளும் ஆகாயத்துப் பறவைகளுக்குக் கூடுகளும் உண்டு, மனுஷகுமாரனுக்கோ

தலைசாய்க்க இடமில்லை). அவரது வழிகாட்டுதலால் இந்த பத்திகளின் அர்த்தத்தைப் புரிந்துகொண்ட நான், அதை ஒரு சரியான வரிசையில் உங்கள் முன் வைக்கிறேன்:

✡ 2 கொரிந்தியர் 8:9 - "நம்முடைய கர்த்தராகிய இயேசுகிறிஸ்துவின் கிருபையை அறிந்திருக்கிறீர்களே; அவர் ஐசுவரியமுள்ளவராயிருந்தும், நீங்கள் அவருடைய தரித்திரத்தினாலே ஐசுவரியவான்களாகும்படிக்கு, உங்கள் நிமித்தம் தரித்திரரானாரே." தேவனுடைய வார்த்தையைப் படிக்கும்போது நாம் நினைவில் கொள்ள வேண்டிய ஒரு முக்கியமான விஷயம், அதை அதன் சூழலில் வாசிப்பதாகும். எட்டாவது அதிகாரம் முழுவதும், 'கொடுக்கும் கிருபை'யைப் பற்றி விவரிக்கிறது. இதற்குச் சிறந்த உதாரணம் நம்முடைய கர்த்தராகிய இயேசு கிறிஸ்து. கர்த்தர் தம்மைத்தாமே தியாகமாகக் கொடுத்ததன் விலைமதிப்பற்ற தன்மையை பவுல் இங்கே வலியுறுத்த விரும்புகிறான். துன்பமான பெரும் தரித்திரத்தின் மத்தியிலும் இருந்தும், கிருபையால் உதாரத்துவமாகக் கொடுத்த மக்கெதோனியா மக்களைப் பாராட்டி இந்த அதிகாரத்தை பவுல் ஆரம்பிக்கிறான். இந்த மக்கெதோனியர்கள், கர்த்தர் மீது விசுவாசம் வைத்ததற்காகத் துன்புறுத்தப்பட்டனர். இந்தத் துன்புறுத்தல் அவர்களால் வரவேற்கப்பட்டது. அவர்களுடைய அபரிமிதமான மகிழ்ச்சியும், அவர்களுடைய ஆழ்ந்த வறுமையும் சேர்ந்து, அவர்களைச் செல்வந்தர்களாக தாராளவாதிகளாக மாற்றின. யாராவது கடும் வறுமையில் இருந்தால், அவர்களால் என்ன கொடுக்க முடியும்? இது ஒரு தர்க்கரீதியான கேள்வி. பவுல் மேலும் கூறுகிறான், அவர்கள் தங்கள் திராணிக்கு மிஞ்சியும் கொடுக்க, தங்களை தாங்களே மனதுள்ளவர்களாயிருந்தார்களென்பதற்கு, நான் சாட்சியாயிருக்கிறேன் (வசனம் 3). ஆழ்ந்த வறுமையை அத்தியாவசியப் பொருட்கள் இல்லாதது என்று வர்ணிப்போம். பிறகு எப்படி அவர்கள் தங்கள் சக்திக்கு மீறிக் கொடுத்தார்கள்? நம்மால் இயன்றதைக் கொடுக்கும்படி கர்த்தர் எப்போதும் நம்மை உற்சாகப்படுத்தியிருக்கிறார்; கொடுப்பதற்காகக் கடன் வாங்கவேண்டியதில்லை. பவுல் இந்த கொடுக்கும் மனப்பான்மையைக் கிருபை என்று அழைக்கிறான். இது மிகவும் உண்மை. கொடுப்பதற்குத்

தேவனுடைய கிருபை நமக்கு உதவவில்லையென்றால் நம்மில் எவரும் தாராளமாக கொடுத்திருக்க மாட்டோம். இதை தாவீது 1 நாளாகமம் 29:14-ல் அழகாகக் கூறுகிறான்.

இதன்மூலம் பவுல் என்ன சொல்ல வருகிறான் என்பதை இப்போது புரிந்து கொள்வோம். கர்த்தராகிய இயேசு ஐசுவரியவான் என்று அவன் சொல்கிறான். அவர் எப்போது, எங்கே பணக்காரரானார்? அவர் பூமிக்கு வருவதற்கு முன்பா அல்லது பின்பா? பதில் தெளிவாக உள்ளது. அது அவருடைய பிறப்புக்கு முன்பும் உயிர்த்தெழுந்த பின்பும் இருந்தது. அவர் உலகத்தை தமக்குச் சொந்தமாக வைத்திருந்தார். வறுமை அவர் வாழ்விலிருந்த ஒரே ஒரு தருணம், அவர் மாம்சத்தில் பூமிக்குள் காலடி எடுத்து வைத்தபொழுது. நான் ரசித்துக் கேட்கும் ஒரு பாடல் இந்த விஷயத்தை மிகத் தெளிவாக விளக்குகிறது. "கர்த்தர் தமது கண்களில் இரக்கத்தோடு பரலோகத்திலிருந்து ஓடி வந்து, முடிவில்லாத மகிமையின் சிங்காசனத்திலிருந்து 'மண்ணில்' இறங்கினார்" என்று அது கூறுகிறது. அவர் இவ்வுலகில் பிறந்தபோது கட்டுப்படுத்தப்பட்டார். **அவர் தமது பரலோக சிங்காசனத்தை விட்டு பூமிக்கு வந்தார் என்ற உண்மை அவரை ஏழையாக்கியது.** இந்த வறுமையைத்தான் பவுல் ஆண்டவருடன் ஒப்பிடுகிறான். இதை நீங்கள் புரிந்துகொள்வீர்கள் என்று நம்புகிறேன். ஒரு தவறான புரிதலின் காரணமாக, மக்கள் உண்மையில் அவரது வாழ்க்கையைத் தெருக்களில் ஒரு பிச்சைக்காரனின் வாழ்க்கைக்கு ஒப்பிடுகிறார்கள். அது உண்மை அல்ல! பிதா கர்த்தராகிய இயேசுவுக்கு எப்போதும் கொடுத்துக் கொண்டே இருந்தார். அவரைப் பின்பற்றியவர்களுக்கு அவர் அருளினார். அவர் பூமியில் வாழ்கையில் ஒரு கோடீஸ்வரர் அல்ல, ஆனால் அவர் நிச்சயமாக ஒரு பிச்சைக்காரரும் அல்ல! **மற்றவர்களை ஆசீர்வதிக்க அவரிடம் போதுமானதாகவும் அதிகமாகவும் இருந்தது.**

மக்கெதோனியர்களும் இதே தியாகத்தை வெளிப்படுத்தினர். அவர்கள் மிகுந்த உபத்திரவத்தினாலே சோதிக்கப்படுகையில், தேவனுடைய சித்தத்தினாலே முன்பு தங்களைத்தாமே கர்த்தருக்கு ஒப்புக்கொடுத்தார்கள். அதே நேரத்தில் மற்றவர்களுக்குத் தொடர்ந்து ஆசீர்வாதமாகவும் இருந்தனர். அவர்களிடம் இரண்டு ஆடைகள்

இருந்து, மற்றவருக்கு உதவுவதற்காக ஒன்றைக் கொடுத்தால், அது மிகவும் சிறந்ததாகக் கருதப்படும். ஆனால் அவர்கள் இரண்டையும் கொடுத்தால், அது அவர்களின் சக்திக்கு மீறிய ஒன்றாகி விடும்! இது நமக்காகச் சரீரத்தைத் தியாகம் செய்து மரணத்தை அவர் ருசி பார்த்ததை உள்ளடக்கியது. நெகேமியாவின் (நெகேமியா புத்தகத்தின் 5-வது அத்தியாயத்தில்) புத்தகத்தில் கூட, ஆளுநராக தனக்குக் கிடைத்த சலுகைகளைக் நிராகரித்த நெகேமியாவின் கதையும் இதை நன்கு விளக்குகிறது. ஏனெனில் மனிதர்கள் மீது சுமத்தப்பட்ட அடிமைத்தனம் மிகப்பெரியது. ராஜாதி ராஜாவும் கர்த்தாதி கர்த்தாவும் நமக்காகப் பூமியில் அடியெடுத்து வைத்தார். **இதுவே அவரை ஏழையாக்கியது.**

✡ லூக்கா   **2:24-ல்,**   "கர்த்தருடைய   நியாயப்பிரமாணத்தில் சொல்லியிருக்கிறபடி,   ஒரு   ஜோடு   காட்டுப்புறாவையாவது, இரண்டு புறாக்குஞ்சுகளையாவது பலியாகச் செலுத்தவும், அவரை எருசலேமுக்குக் கொண்டுபோனார்கள்". லூக்கா மேற்கோள் காட்டிய இந்தப் பகுதி லேவியராகமம் 12-ம் அதிகாரத்திலிருந்து வருகிறது. ஒரு பெண் ஒரு ஆண் குழந்தையைப் பெற்றால் ஏழு நாட்களும், பெண் குழந்தையைப் பெற்றால் பதினான்கு நாட்களும், தீட்டப்பட்டவளாகக் கருதப்படுவாள். எட்டாவது நாளில், ஆண் குழந்தைக்கு விருத்தசேதனம் செய்ய வேண்டியிருந்தது. இந்த கட்டத்தில் எந்த பலிகளும், காணிக்கைகளும் செய்யப்பட வேண்டிய அவசியமில்லை. பெண் குழந்தைக்குப் பின்பற்ற வேண்டிய குறிப்பிட்ட நடைமுறை எதுவும் இல்லை. ஒரு ஆண் குழந்தைக்கு முப்பத்து மூன்று நாட்களும், பெண் குழந்தைக்கு அறுபத்தி ஆறு நாட்களும் அவள் உதிரச் சுத்திகரிப்பு நிலையிலே இருக்கக்கடவள். ஒரு ஆண் குழந்தைக்கு நாற்பதாவது நாளில் (7 நாட்கள் + 33 நாட்கள்) மற்றும் ஒரு பெண் குழந்தைக்கு எண்பது (14 நாட்கள் + 66 நாட்கள்) நாளில் சுத்திகரிப்பு நாட்கள் முடிவடையும். முதல் ஏழு அல்லது பதினான்கு நாள் காலப்பகுதி அந்த பெண் முற்றிலும் தீட்டப்பட்ட காலமாக இருக்கும். மேலும் அவள் தொடும் அனைத்தும் அசுத்தமாக இருக்கும். அதற்கு பிறகு முப்பத்து மூன்று அல்லது அறுபத்தி ஆறு நாட்களில், அவள் சுத்தமாக இருப்பாள். ஆனால் எந்த பரிசுத்த பொருளையும் தொடவோ, பரிசுத்த ஸ்தலத்துக்குள் செல்லவோ அனுமதிக்கப்படுவதில்லை.

தாய்க்கு மிகவும் தேவையான பிரசவத்திற்குப் பிந்தைய ஓய்வு என்ற தேவனின் திட்டமாகத் தான் இந்த சுத்திகரிப்பின் காலத்தை நான் பார்க்கிறேன். இந்த நாற்பது அல்லது எண்பது நாட்களுக்குப் பிறகு, 'ஆட்டுக்குட்டியை கொண்டுவர அவளுக்குச் சக்தியில்லாதிருந்தால், இரண்டு காட்டுப்புறாக்களையாவது இரண்டு புறாக்குஞ்சுகளையாவது, ஒன்றைச் சர்வாங்க தகனபலியாகவும் மற்றொன்றைப் பாவநிவாரணபலியாகவும் கொண்டுவரக்கடவள்; அதினால் ஆசாரியன் அவளுக்காகப் பாவநிவிர்த்திசெய்யக்கடவன்; அப்பொழுது அவள் சுத்தமாவாள்' என்று சொல்' என்றார். அன்றிலிருந்து அவள் சுத்தமானவள் என்பதற்குச் சாட்சி சொல்ல அவள் சார்பாக இந்த காணிக்கை செலுத்தப்பட வேண்டும். குழந்தையைத் தேவனுடைய சந்நிதியில் ஒப்புக்கொடுக்கவும், அதனுடன் மரியாளின் சுத்திகரிப்புக்காகவும் ஒரு பலியைச் செலுத்த அவர்கள் எருசலேமுக்குச் சென்றதாக லூக்கா கூறுகிறான். லூக்கா இந்தச் சட்டத்தை லேவியராகமப் புத்தகத்திலிருந்து வெறுமனே மேற்கோள் காட்டுகிறான். ஆனால் அவர்கள் அதைத்தான் கொடுத்தார்கள் என்று சொல்லவில்லை. மரியாள் ஒரு ஆட்டுக்குட்டியைப் பலியிடாமல், பறவைகளைப் பலியிடுவதோடு நிறுத்திக் கொண்டாள் என்று நாம் கருதினாலும், அவர்கள் குழந்தையுடன் பெத்லகேமிலிருந்து எருசலேமுக்குச் சென்று ஆலய வளாகத்தில் வியாபாரம் செய்பவர்களிடம் வஞ்சகர்களிடமிருந்து அதிக விலைக்கு ஒரு ஆட்டுக்குட்டியை வாங்க வேண்டியிருந்ததால் கூட அப்படிச் செய்திருக்கலாம். இவையெல்லாம் நடந்தபோது அவர்கள் மக்கள் தொகை கணக்கெடுப்புக்காக பெத்லகேமில் இருந்தனர் என்பதை நாம் நினைவில் கொள்ள வேண்டும். மேலும் நீண்ட காலம் அங்கே தங்கியிருந்ததால் அவர்களிடம் இருந்த பணத்தைக் கொண்டு அந்த நேரத்தில் அவர்களால் வாங்கக்கூடிய ஒன்றை பலிசெலுத்தியிருக்கலாம்.

✡ **லூக்கா 9:58 மற்றும் மத்தேயு 8:20-ல் அதற்கு இயேசு:** நரிகளுக்குக் குழிகளும் ஆகாயத்துப் பறவைகளுக்குக் கூடுகளும் உண்டு, மனுஷகுமாரனுக்கோ தலைசாய்க்க இடமில்லை என்றார். இந்த வசனம் பதிவு செய்யப்பட்டுள்ள இரண்டு சுவிசேஷங்களிலுமிருந்து இந்த வசனத்தை நாம் வாசித்தால், கர்த்தர் என்ன சொல்கிறார்

என்பதை நன்கு புரிந்து கொள்ள முடியும். வேதபாரகன் ஒருவன் வந்து: "போதகரே! நீர் எங்கே போனாலும் உம்மைப் பின்பற்றி வருவேன்" என்றான். பெரும்பாலான வேதபாரகர்கள் நம் ஆண்டவரை எதிர்த்தனர், அவர்கள் பிரதான ஆசாரியர்கள் மற்றும் பரிசேயர்களுடன் சேர்ந்து கர்த்தரைக் கொல்ல சதி செய்திருந்தனர். இந்த நபர்களில் பெரும்பாலோர் செம்மறி ஆட்டு உடையில் சுற்றித்திரிந்த ஓநாய்கள். அவர்கள் எப்பொழுதும் தங்கள் சுயநீதியையும், மாயையான பரிசுத்தத்தையும் காட்ட விரும்பினார்கள். கர்த்தர் அவர்களை நன்கு அறிந்திருந்தார். இந்த வேதபாரகர்கள் அனைத்து வசதிகளும் நிறைந்த, பாதுகாப்பான மற்றும் காப்பீடு செய்யப்பட்ட வாழ்க்கையைத் தேடுவார்கள். ஆண்டவராகிய இயேசு அவனுக்குச் சரியாகப் பதிலளித்தார். லூக்காவின் பதிவில், அவர் ஏன் இந்த வழியில் பதிலளித்தார் என்பதை நாம் அறிந்து கொள்கிறோம். லூக்கா கூறுகிறான், 'அவர் எடுத்துக்கொள்ளப்படும் நாட்கள் சமீபித்தபோது, அவர் எருசலேமுக்குப் (வசனம் 51) போகத் தமது முகத்தைத் திருப்பினார்' என்று. அவர் முடிந்தவரை அதிகமான மக்களுக்குச் சுவிசேஷத்தை அறிவிக்க மிகவும் ஆர்வமாக இருந்தார். எனவே அவர் அவருக்கு முன் தூதர்களை அனுப்பினார். அவர் கலிலேயாவிலிருந்து எருசலேமுக்குப் பயணம் செய்து கொண்டிருந்தார். ஆனாலும், சமாரியர்களின் ஒரு கிராமம் அவரை ஏற்றுக்கொள்ளவில்லை. அந்த பிரயாணத்தின் போது தான் இந்த வேதபாரகன் அவரிடம் இந்த கேள்வியைக் கேட்டான். கர்த்தரின் பதில் அடிப்படையில், எந்தவிதமான பொருள் பாதுகாப்பும் இல்லாமல் பயணம் செய்ய அவன் தயாரா என்று வேதபாரகனிடம் அவர் கேட்கும் ஒரு கேள்வியாகத் தான் இருந்தது. இருப்பினும் அந்த வேதபாரகன் தம்மைப் பின்பற்றுவதை அவர் தடுக்கவில்லை.

மேற்கண்ட இந்த விளக்கங்களும், எழுதப்பட்ட வார்த்தையில் உள்ளசான்றுகளும், பிதா தமது குமாரனைச் சிறப்பாகக் கவனித்துக்கொண்டு பூமியில் வாழ்ந்தபோது அவருக்கு போதுமானதை வழங்கினார் என்பதற்கு போதுமான சான்றாக இருக்கும் என்று நான் நம்புகிறேன். அவருடைய காலத்திற்கு முன்பே பலர் அவருக்குத் தீங்கு செய்ய நினைத்தாலும், பிதாவாகிய தேவன் அதை அனுமதிக்கவில்லை. நம்முடைய கர்த்தர் தாமே சொன்னார், 'ஆகாயத்துப் பட்சிகளைக் கவனித்துப்பாருங்கள்;

அவைகள் விதைக்கிறதுமில்லை, அறுக்கிறதுமில்லை, களஞ்சியங்களில் சேர்த்துவைக்கிறதுமில்லை; அவைகளையும் உங்கள் பரமபிதா பிழைப்பூட்டுகிறார்; அவைகளைப்பார்க்கிலும் நீங்கள் விசேஷித்தவர்கள் அல்லவா?' என்று அவர் பிரசங்கித்ததை நடைமுறைப்படுத்தினார். பிதா தமக்கு தேவையான அனைத்தையும் வழங்குவதாக அங்குச் சாட்சி கொடுத்தார். தேவையைப் பற்றி கவலைப்படுவதில் அவர் ஒரு கணத்தையும் வீணாக்கியிருக்க மாட்டார் என்று நான் உறுதியாகக் கூறுகிறேன்.

19. ஆனாலும் கர்த்தாவே, நீர் எனக்குத் தூரமாகாதேயும்; என் பெலனே, எனக்குச் சகாயம்பண்ணத் தீவிரித்துக்கொள்ளும்.

20. என் ஆத்துமாவைப் பட்டயத்திற்கும், எனக்கு அருமையானதை நாய்களின் துஷ்டத்தனத்திற்கும் தப்புவியும்.

21. என்னைச் சிங்கத்தின் வாயிலிருந்து இரட்சியும்; நான் காண்டாமிருகத்தின் கொம்புகளில் இருக்கும்போது எனக்குச் செவிகொடுத்தருளினீர்.

கர்த்தராகிய இயேசு மாம்சத்தில் வந்த தேவன். கெத்சமனே தோட்டம் தொடங்கி அவர் அனுபவித்த எல்லாவற்றிலும் அவர் வேதனை, அவமானம், சோர்வு, நிந்தை, துரோகம், தனிமை போன்றவற்றை உணர்ந்தார். அவரது ஆவி எப்போதும் களங்கமற்றது. அவர் சுமந்த மனிதக்குலத்தின் பாவம் அவருக்குள் வாசமாயிருந்த நீதியுள்ள ஆவியானவரை ஒருபோதும் தாக்க முடியாது. நம்முடைய பாவங்கள் அவருடைய மாம்சத்தில் (சரீரத்திலும் ஆத்துமாவிலும்) சுமத்தப்பட்டன. பிதா அவருக்குள் கிரியை செய்கிறார் என்பதை அவர் எப்போதும் வெளிப்படையாக ஒப்புக்கொண்டார். அவர் சொந்தமாக எதையும் செய்யவில்லை; தேவன் அவருடைய பெலன். நாம் இரட்சிப்படைய வேண்டும் என்பதற்காக அவர் காலம் நிறைவேறி சிலுவையில் அறையப்பட்டபோது, அவர் பிதாவின் சித்தத்திற்கு அடிபணிந்து, பனிரெண்டு லேகியோன்களுக்கு மேற்பட்ட தேவதூதர்களின் உதவியை ஏற்க மறுத்துவிட்டார். எனவே தான், மீட்பின் வேலைகள் முடியும் வரை பிதாவாகிய தேவன் அமைதியாக இருந்தார். ஆனால் பிதா அவருக்கு வழங்கிய கிருபை மற்றும் பெலனுடன் கர்த்தராகிய இயேசு இவை அனைத்தையும் நிறைவேற்றினார்.

கர்த்தராகிய இயேசு கிருபையின் பரிபூரண உருவம். கிருபை நம்முடைய கர்த்தராகிய இயேசு கிறிஸ்துவின் ஆளுமை ஆகும். அவரை விசுவாசிக்கிற அனைவருக்கும் அவர் கிருபையின் ஊற்றாக இருக்கிறார். இந்த கிருபை, கடினமானதையும், சாத்தியமற்றதையும் செய்ய நமக்கு உதவுகிறது. இராஜ்யத்தின் நன்மைக்காக அவரது பூமிக்குரிய ஊழியம், அவருடைய கிருபையால் நாம் அதிகாரம் பெறும் போது, நாம் அடையக்கூடிய உயரங்களுக்குச் சரியான எடுத்துக்காட்டு ஆகும்.

கர்த்தர் அனுபவித்த வேதனையான சோதனை சுமார் பதினெட்டில் இருந்து இருபது மணி நேரம் நீடித்தது. கெத்சமனே தோட்டத்தில் மாலையில் (அந்தி சாயும் பிறகு) தொடங்கி, மறுநாள் மாலை மூன்று மணிக்குச் சிலுவையில் மரிக்கும்வரை நடந்தேறியது. அவர் சித்திரவதையை அனுபவித்தபோது அது அவருக்கு நீடிய காலம்போல் தோன்றியிருக்கும். அவருடைய பூமிக்குரிய ஊழியத்தின் போது, அவரிடம் தேவதூஷண வார்த்தைகளைப் பேசியவர்கள் பலர் இருந்தனர். ஆனால் மனிதர்களின் அபிப்பிராயம் அவரைத் தொந்தரவு செய்ய அவர் ஒருபோதும் அனுமதித்ததில்லை என்பதால், அவர் அதனால் பாதிக்கப்படவில்லை. பூமியில் அவரது வாழ்க்கையின் கடைசி பதினெட்டில் இருந்து இருபது மணிநேரங்களில், அவர் உண்மையில் நரக வேதனையை அனுபவித்தார். சொல்லப்போனால், அந்த இடத்தில் நாம் நிற்க வேண்டியது. நரகம் என்பது தேவனுடைய இரட்சிப்பை நிராகரித்ததால் இந்த வாழ்க்கையில் தேவனை விட்டுப் பிரிந்தவர்களுக்கான துயரம் நிறைந்த நித்திய இடமாகும். மனிதக்குலத்திற்காக விதிக்கப்பட்ட **இந்த நித்திய தண்டனை பதினெட்டில் இருந்து இருபது மணிநேரம் சிலுவையில் நம் ஆண்டவருக்காக மிக மோசமான துன்பமாகச் சுருக்கப்பட்டது** என்று நான் நம்புகிறேன்.

இந்தப் பத்தியில், பட்டயம், நாயின் பெலன், சிங்கத்தின் வாய், காட்டு எருதுகளின் கொம்புகள் ஆகிய நான்கு விஷயங்களிலிருந்து தம்மைக் காப்பாற்றும்படி நம் ஆண்டவர் பிதாவிடம் கேட்கிறார். இவை ஒவ்வொன்றும் மிகவும் குறிப்பிடத்தக்கவை, அவற்றைப் பற்றி நாம் மேலும் பார்ப்போம்.

சகரியா 13:7-ல் ஒரு தீர்க்கதரிசனம் உரைக்கப்பட்டது, "பட்டயமே, என் மேய்ப்பன்மேலும் என் தோழனாகிய புருஷன்மேலும் எழும்பு என்று சேனைகளின்கர்த்தர்சொல்லுகிறார்;மேய்ப்பனைவெட்டு,அப்பொழுது ஆடுகள் சிதறிப்போகும்; ஆனாலும் என் கரத்தைச் சிறுவர்மேல் திரும்ப வைப்பேன்".

கர்த்தராகிய இயேசு ஏதேன் தோட்டத்தின் மத்தியில் ஜீவவிருட்சமாக இருந்தார். தேவன் ஆதாமையும் ஏவாளையும் தோட்டத்திலிருந்து துரத்தியபோது, தோட்டத்தின் கிழக்கில் கேருபீன்களையும், ஜீவவிருட்சத்துக்குச் செல்லும் வழியைக் காக்கும்படி வீசிக் கொண்டிருக்கும் சுடரொளி பட்டயத்தையும் வைத்தார். கர்த்தராகிய இயேசு (உண்மையான ஜீவ விருட்சம்) பூமிக்கு வந்தபோது பட்டயத்தால் தாக்கப்படாமல் கடந்து சென்றார். ஆனால், அவர் மீண்டும் மேலே எழும்ப வேண்டியிருந்தபோது, நம்முடைய பாவங்களைச் சுமந்தபடியால், இந்த பட்டயம் அவரைத் தாக்கியது. இது சகரியா தீர்க்கதரிசி தீர்க்கதரிசனம் உரைத்த நியாயத்தீர்ப்பின் பட்டயம். அவர் நல்ல மேய்ப்பன் மற்றும் பிதாவிற்கு ஒரே பேரானவர். இந்த பட்டயம் அன்று மேய்ப்பனைத் தாக்கியது. உண்மையில் மந்தை (அவரது 12 சீடர்கள்) சிதறிப்போனார்கள்; அவருடைய சீஷர்கள் அனைவரும் அந்த நேரத்தில் அவரை விட்டு விலகிச் சென்றனர்.

நாயின் பெலனைப் பற்றி முன்பு விரிவாகப் பேசியிருக்கிறேன். யூதர்கள் புறஜாதிகளை (ரோமர், கிரேக்கர் மற்றும் எகிப்தியர்களை) நாய்கள் என்று கருதினர். சிலுவையில் அறையப்பட்ட நேரத்தில்தான் அவர்களின் பெலன் வெளிப்பட்டது. கர்த்தராகிய இயேசு, யோவான் 19:11-ல் பிலாத்துவிடம் சொன்னார், **"பரத்திலிருந்து உமக்குக் கொடுக்கப்படாதிருந்தால், என்மேல் உமக்கு ஒரு அதிகாரமுமிராது;"** என்று.

மூன்றாவது விஷயம், சிங்கத்தின் வாய். மிருகங்களின் ராஜாவாகச் சிங்கம் உலகில் முக்கிய இடத்தைப் பிடித்துள்ளது. இது பரிசுத்த வேதாகமத்திலும் அடிக்கடி குறிப்பிடப்படுகிறது (நீதிமொழிகள் 30:30). ஆதியாகமம் 49:8 லிருந்து 12 வரை, மேசியாவைக் குறித்த தீர்க்கதரிசனமாக யாக்கோபு தன் குமாரனாகிய யூதாவை ஆசீர்வதித்தபோது, இது முதன்முதலில் குறிப்பிடப்படுகிறது. 'அவன் யூதாவை பாலசிங்கம் என்றும் சமாதான கர்த்தர் (மேசியா) வருமளவும் செங்கோல் யூதாவைவிட்டு நீங்குவதும் இல்லை, நியாயப்பிரமாணிக்கன் அவன் பாதங்களை விட்டு ஒழிவதும் இல்லை' என்றும் ஆசீர்வதித்தான். மேசியாவைப் பற்றிய முதல் தீர்க்கதரிசனம் ஏதேன் தோட்டத்தில் கொடுக்கப்பட்டது. அங்குத் தொடங்கி, சாத்தான் இன்னும் தடயங்களைத் தேடிக்கொண்டே இருந்தான். மேலும் தேவனுடைய திட்டத்தை எவ்வாறு முறியடிக்க முடியும் என்று தேடினான். ஏனென்றால், மேசியா நிச்சயமாக தன் தலையை நசுக்குவார் என்பதை அவன் அறிந்திருந்தான்.

இஸ்ரவேலரைவிட சாத்தான் தீர்க்கதரிசனங்களுக்கு அதிக கவனம் செலுத்தினான் என்று நாம் சொல்லலாம்! சாத்தானுக்கும் தேவனைப் போல் இருக்க வேண்டும் என்ற ஆசை. அதுவே அவனது வீழ்ச்சிக்கு முக்கிய காரணம். இந்த குறிப்பிட்ட தீர்க்கதரிசனத்தைக் கேட்ட பிறகு, அவன் இந்த அம்சத்தில் கர்த்தரைப் போல ஆள்மாறாட்டம் செய்வதை மகிழ்ச்சியுடன் ஆரம்பித்தான். இருப்பினும், அவனது நோக்கம் எப்போதும் தேவனுடைய தன்மைக்கு நேர் மாறானது. தேவன் எதையாவது சொல்லும்போதெல்லாம், சாத்தான் அதைச் சிதைப்பதில் (ஆள்மாறாட்டம் அல்லது கள்ளத்தனம் போன்றவை) அல்லது அதை முக்கியமற்றதாகக் காட்டுவதில் (கவனச்சிதறல் மற்றும் ஏமாற்றுதல் மூலம்) மும்முரமாக இருக்கிறான்.

கர்த்தராகிய இயேசு யூதா கோத்திரத்தின் சிங்கம். சிங்கம் எப்போதும் அதன் கம்பீரமான அந்தஸ்து, நடை மற்றும் வலிமையை மையமாகக் கொண்டு நேர்மறையான அடையாளமாகப் பயன்படுத்தப்படுகிறது. எதிர்மறை குறியீட்டுடன் பயன்படுத்தப்படும் சில விலங்குகளின் எடுத்துக்காட்டுகளில் நரி (தந்திரம்), பாம்பு (தந்திரமான மற்றும் நுட்பமானது), ஓநாய் (ஏமாற்றுதல்) போன்றவை அடங்கும். பூமியிலுள்ள ஜனங்கள் மத்தியில் ஒரு சிங்கத்தின் அடையாளத்தைச் சாத்தான் கறைப்படுத்தினான். பல்வேறு நாகரிகங்களின் ஆட்சியாளர்கள் தண்டனை விதிக்கப்பட்ட கைதிகளை பட்சிக்க சிங்கங்களைப் பயன்படுத்தினர். நீரோ மன்னன் இந்த கம்பீரமான உயிரினங்களைப் பயன்படுத்தி ஆரம்பகால சபை சீடர்களை துன்புறுத்தினான். அவர்கள் ரோமாபுரியை எரித்ததாகப் பொய்யாகக் குற்றம் சாட்டினான். சிம்சோன், தாவீது போன்ற தேவ மனிதர்களைச் சிங்கங்கள் குறிவைத்து அவர்களிடம் தோற்றன. ராஜாவை வணங்கும்படி இயற்றப்பட்ட சட்டத்திற்குக் கீழ்ப்படியாததால் தானியேல் சிங்கங்களின் கெபியில் தள்ளப்பட்டபோது, சிங்கத்தின் வாயிலிருந்து இயற்கைக்கு அப்பாற்பட்ட முறையில் விடுவிக்கப்பட்டான். இந்த எல்லா நிகழ்வுகளிலும், சாத்தான் தோற்றான். இந்த பெரிய தேவ மனிதர்கள் விடுவிக்கப்பட்டபோது, ரோமாபுரியிலிருந்த இரத்தசாட்சிகள் உயிர்த்தெழுதலை அடையும்படிக்கு, விடுதலைபெறச் சம்மதியாமல், வாதிக்கப்பட்டார்கள் (எபிரெயர் 11:35).

இவை எல்லாவற்றிலும் நாம் காணுகிறபடி, சாத்தான் ஒரு சிங்கத்தின் உண்மையான அடையாளத்தைச் சிதைக்கவும் திரிக்கவும் இந்த உருவகத்தைப் பயன்படுத்தினான். விசுவாசிகளாகிய நாம் இதை

அறிந்திருக்க வேண்டும். தூரத்தில் சிங்கத்தின் கர்ஜனை அனைவரையும் எச்சரிக்கிறது. அதன் மகத்துவம், உன்னத வலிமை, கம்பீரமான நடை மற்றும் ராஜ இயல்பு ஆகியவை நம் ஆண்டவரின் தன்மையை விவரிக்கப் பயன்படுத்தப்படுகின்றன. இருப்பினும், வீழ்ச்சிக்குப் பிறகு, இந்த விலங்கும் குறைபாடுடையது. இப்போது அதன் இயல்பு சில நேரங்களில் அச்சுறுத்துகிறது, மேலும் வெறுக்கத்தக்கச் செயல்களிலும் ஈடுபடுகிறது. இது சாத்தானைச் தெளிவாக விவரிக்கிறது. வீழ்ச்சிக்குப் பிறகு, சிங்கங்கள் மாமிச உண்ணிகளாக மாறி, இரவில் வேட்டையாடுவதில் நிபுணர்களாக உள்ளன (நல்ல இரவு பார்வை காரணமாக). மற்றும் பின்னால் இருந்து தங்கள் இரையைத் தாக்குகின்றன. அவை மிகவும் வேதனையான மரணத்தை மற்ற விலங்குகளுக்குக் கொடுக்கின்றன. பல நேரங்களில் அது வேட்டையாடிய இரை இறப்பதற்கு முன்பே அந்த வேட்டையாடப்பட்ட விலங்கை உண்ணத் தொடங்குகின்றன. இது சாத்தானின் குணாதிசயத்துடன் சரியாகப் பொருந்தவில்லையா? இருப்பினும், சிங்கம் அதன் ஆற்றலை மிக வேகமாக வெளியேற்றுகிறது. அதனால் நீண்ட நேரம் இரையைத் துரத்த முடியாது. அதனுடைய தாக்குதல் குணாதிசயம் விரைவாகவும், சக்திவாய்ந்ததாகவும் இருக்கும். இது சாத்தானுக்கு மிகவும் ஒத்திருக்கிறது. **அதனால்தான் விசுவாசமும் பொறுமையும் தேவனுடைய பிள்ளைகள் யாவருக்கும் அவனை ஜெயிக்க விரும்பத்தக்க நற்பண்புகளாக இருக்கின்றன.** இந்த இரண்டு நற்பண்புகளும் சாத்தானின் எதிரிகள். அவனை நம்மிடமிருந்து தப்பி ஓடச் செய்கின்றன. பகல் நேரத்தில் வேட்டையாடப்படும் விலங்குகள் சிங்கத்திலிருந்து தப்பிக்க நல்ல வாய்ப்பு உள்ளது. ஏனெனில், நிலைமைகள் பிந்தையதற்கு முரணாக உள்ளன. அதேபோல், தேவனுடைய வார்த்தையின் வெளிச்சத்தில் வாழும் ஒரு விசுவாசிக்குச் சாத்தானிடமிருந்து மிக எளிதாகத் தப்பிக்கும் நன்மை உள்ளது. சரீரப்பிரகாரமாக சிலுவையில் நம் ஆண்டவர் மீகட்ட வாய்மொழி குற்றச்சாட்டுகளில் சாத்தானின் குரலும் அடங்கும். சாத்தானுடைய காலம் முடிவுக்கு வருவதை அவனால் புரிந்து கொள்ள முடியவில்லை; மாறாக, தான் வெற்றி பெற்றுவிட்டதாக நினைத்து மகிழ்ந்தான். ஏமாற்றுக்காரனே ஏமாந்து விட்டான்!

"இங்குக் குறிப்பிடப்பட்டுள்ள காண்டாமிருகங்கள் 'ஆராக்ஸ்' ஆகும் (உள்நாட்டுக் கால்நடைகளின் மூதாதையரான ஒரு பெரிய காட்டு யூரேசிய எருது) இன்று பெரும்பாலும் அழிந்துவிட்டன, ஆனால் அவை நம் ஆண்டவரின்

நாட்களில் இருந்தன. பெரும்பாலான புறச்சமயச் சிலைகள் இந்த வடிவத்தைப் பிரதிபலித்தன.கொல்லும் தன்மை கொண்ட குறுகிய, நீண்ட, வெளிப்புறமாக வளைந்திருக்கும் தனித்துவமான கொம்புகளைக் கொண்ட இந்த உயிரினங்கள் மிகப்பெரியவை. அவை வலிமை, பாலியல், கருவுறுதல் மற்றும் திறமையின் அடையாளங்களாக இருந்தன. அவை தாவர உண்ணிகள். அதன் உடலின் மிகச் சக்திவாய்ந்த பகுதி கொம்புகள். அவை பாதுகாப்பு மற்றும் ஆதிக்கத்திற்காகப் பயன்படுத்தப்பட்டன, பெருமைக்கு ஒரு காரணம். இவை 'மோளேகு' போன்ற புறமத சிலைகளுக்கான வரைபடங்களாக மாறின. அவற்றின் வழிபாட்டிற்குக் குழந்தைகள் பொதுவாகப் பலியிடப்பட்டனர். கானானியரை மணந்த பிறகு இஸ்ரவேல் மக்களும் இந்த அருவருப்பான காரியத்தில் பங்கெடுத்துக் கொண்டனர். ஒரு கலவையான மக்கள் தொகை உருவானது. இந்த மக்கள் யூதர்களிடமிருந்து துண்டிக்கப்படவில்லை. ஏனென்றால் ஒருவரும் தேவனுடைய நியாயப்பிரமாணத்தை திறம்படச் செயல்படுத்தவில்லை. இதில் அவர்கள் பெருமை கொண்டனர், அவர்கள் பெருமையின் கொம்புகளை உயர்த்தினர்.

"நம்முடைய சார்பாகக் கர்த்தராகிய ஆண்டவர் தண்டிக்கப்பட்டபோது, அவர் பட்டயத்தால் தாக்கப்பட்டார், நாய்களின் துஷ்டத்தனத்திற்குள்ளானார், சிங்கத்தின் வாயில் சிக்கினார், மற்றும் காகாண்டாமிருகத்தின் கொம்புகளால் வெட்டப்பட்டார்."

இத்தனை துயரங்களுக்குப் பிறகு, நமக்குள் விசுவாசத்தை எழச் செய்யும் ஒரு குறிப்புடன் அவர் இந்த சங்கீதத்தின் 21-ஆம் வசனத்தில் முடிக்கிறார். 'எனக்குச் செவிகொடுத்தருளினீர்' என்று அவர் கூறுகிறார். பிதாவின் நியாயத்தீர்ப்பு சிலுவையில் அவரால் முழுமையாகச் சுமத்தப்பட்ட பிறகு விடுதலைக்கான அவரது கூக்குரலுக்குப் பதிலளிக்கப்பட்டது. நமக்காகப் பிதாவிடமிருந்து வந்த எல்லா நியாயத்தீர்ப்பையும், தண்டனையையும் அனுபவித்த அவர், 'முடிந்தது' என்று சத்தமிட்டு, தம்முடைய ஆவியைப் பிதாவின் கரத்தில் ஒப்புக்கொடுத்து ஜீவனை விட்டார். கெத்சமனே தோட்டத்திலிருந்து கல்வாரி சிலுவை வரை பதினெட்டில் இருந்து இருபது மணி நேரத்தில் நமது இரட்சகரால் நித்திய ஆக்கினையின் தண்டனை சுமந்து தீர்க்கப்பட்டது.

பிதா முழு செயல்முறையையும் துரிதப்படுத்தினார். அதன் பிறகு அவரது நேச குமாரன் அவரது மார்பில் ஓய்வெடுத்தார். மூன்று நாட்களில், பிதாவின்

கரங்களில் அவர் ஒப்புக்கொடுத்த அவரது ஆவியின் மறுபிரவேசத்தால் அவரது மாசுபடாத உடல் உயிர்த்தெழுந்தது. இந்த உடல் சிலுவையில் அறையப்பட்டதற்கான அடையாளங்களையும், அவரது விலாவில் ஈட்டியின் அடையாளத்தையும் (அவரது மகிமைப்படுத்தப்பட்ட உடலில் நன்றியற்ற மனிதக்குலத்தின் நினைவுப் சின்னங்கள்) கொண்டிருந்தது. அவர் உயிர்த்தெழுந்தபோது, அவரை யாரும் தடுக்க முடியாதவரானார். பட்டயமோ, நாயோ, சிங்கமோ, காண்டாமிருகமோ அவருக்கு முன்பாக யாதொரு வாய்ப்பும் வாய்க்கவில்லை. இவை எதுவும் அவருடைய உயிர்த்தெழுதலையோ, அவருடைய சீஷர்களுக்கு அவர் தரிசனமானதையோ அல்லது பிதாவின் வலது பாரிசத்திற்கு அவர் ஏறிச் செல்வதையோ தடுக்க முடியவில்லை.

22. உம்முடைய நாமத்தை என் சகோதரருக்கு அறிவித்து, சபைநடுவில் உம்மைத் துதிப்பேன்.

அவருடைய மரணத்தின் நோக்கம் மற்றும் செயல்முறை உட்பட இதுவரை விளக்கப்பட்ட அனைத்தையும் பார்க்கும்போது, ஒரு விஷயம் மிகவும் தெளிவாகிறது. பிதாவாகிய தேவன் ஆதியிலிருந்தே நம்மை நேசித்தார். மனிதன் அவருடைய அன்பை மறுத்தாலும், அவர் ஒருபோதும் நமக்கு எதிராக ஒரு நிலைப்பாட்டையும் கொண்டிருக்கவில்லை. அவர் நம்மை மிகவும் நேசித்தார், நாம் அவரிடம் திரும்பிச் செல்லவும், அவருடைய உண்மையான தன்மையை அறிந்துகொள்ளவும் அவர் ஒரு வழியை முன்கூட்டியே ஆயத்தம் செய்திருந்தார். ஆதாமும் ஏவாளும் பாவம் செய்ததால் அவர் ஒருபோதும் மனிதவர்க்கத்தைக் கைவிடவில்லை. அந்த விஷயத்தில், பாவம் நமக்கும் அவருக்கும் இடையே ஒரு நிரந்தர தடையாக இருக்க அவர் ஒருபோதும் அனுமதிக்கவில்லை. கர்த்தராகிய இயேசு நமக்காகச் சிலுவையில் மரித்தபோது இந்த தடை என்றொன்றுமாகத் தகர்க்கப்பட்டது. இதன் நன்மைகள் சிலுவையிலிருந்து இரு திசைகளிலும் நீண்டன: பழைய உடன்படிக்கை மக்கள் மற்றும் புதிய உடன்படிக்கை மக்கள். ஆனால் இதன் பின்னணியில் உள்ள நோக்கம் இருவருக்கும் ஒரே மாதிரியாக இருந்தது. பிதாவையும், குமாரனையும் அனைவருக்கும் தெரியப்படுத்துவது. அது மேற்கொள்ளப்பட்ட விதம் கூட இரண்டு உடன்படிக்கைகளின் கீழ் வேறுபட்டது. இரட்சிப்பு (பாவமன்னிப்பு, குணமாக்குதல், மீட்பு, செழிப்பு, முழுமை) ஆரம்பத்திலிருந்து பிறந்த ஒவ்வொரு நபருக்கும் கிடைத்தது.

பழைய ஏற்பாட்டில், தேவன் மோசேக்கும் இஸ்ரவேலருக்கும் 'இருக்கிறவராகவே இருக்கிறவர்' என்று தம்முடைய நாமத்தை வெளிப்படுத்தினார். தேவனுடைய நாமத்தைப் பற்றி முன்னரே விளக்கியுள்ளேன். அவர்கள் தங்கள் சொந்த பாவ மனசாட்சியின் காரணமாக அவரிடமிருந்து பிரிந்திருந்தார்கள். அவர்கள் கர்த்தர் என்ற பெயரை வாய்மொழியாகக் கூட சொல்லத் தகுதியற்றவர்கள என்று நினைத்தார்கள். தங்கள் தகுதியின்மையின் காரணமாக, யாராவது தேவனை அந்தப் பெயரால் அழைத்தால் அது ஒரு பெரிய பாவம் என்று அவர்கள் கருதினர். இது போன்ற காலங்களில், ஆண்டவர் இயேசு வந்து தேவனை 'எங்கள் பிதா' என்று அழைத்து அவரை வெளிப்படுத்தினார். இது அங்கிருந்த மதவாதிகளுக்கு ஆத்திரத்தை உண்டுபண்ணினது. ஆனால் கர்த்தராகிய இயேசு நம்மைப் பிதாவிடமிருந்து பிரித்த இந்த குற்ற உணர்வின் தடையை உடைத்து, பிதாவுடன் ஒரு அற்புதமான உறவைக் கொண்டிருந்து அதன் மூலம் நாம் ஆசீர்வதிக்கப்பட அவர் விரும்பினார்.

இந்த அதிகாரத்தின் மீதமுள்ள பகுதிகளும் மற்றும் இதே சங்கீதத்தில் 3 லிருந்து 5 வரையிலான வசனங்களும், அவரை விசுவாசித்த மற்றும் இப்போதும் அவரை விசுவாசிக்கும் புதிய மற்றும் பழைய உடன்படிக்கையின் விசுவாசிகளுக்கு இந்த இரட்சிப்பு எவ்வாறு கையகப்படுத்தப்பட்டது என்பதைக் காட்டுகிறது.

3. இஸ்ரவேலின் துதிகளுக்குள் வாசமாயிருக்கிற தேவரீரே பரிசுத்தர்.

4. எங்கள் பிதாக்கள் உம்மிடத்தில் நம்பிக்கை வைத்தார்கள்; நம்பின அவர்களை நீர் விடுவித்தீர்.

5. உம்மை நோக்கிக் கூப்பிட்டுத் தப்பினார்கள்; உம்மை நம்பி வெட்கப்பட்டுப்போகாதிருந்தார்கள்.

23. கர்த்தருக்குப் பயப்படுகிறவர்களே, அவரைத் துதியுங்கள்; யாக்கோபின் சந்ததியாரே, நீங்கள் எல்லாரும் அவரைக் கனம்பண்ணுங்கள்; இஸ்ரவேலின் வம்சத்தாரே, நீங்கள் எல்லாரும் அவர்பேரில் பயபக்தியாயிருங்கள்.

24. உபத்திரவப்பட்டவனுடைய உபத்திரவத்தை அவர் அற்பமாயெண்ணாமலும் அருவருக்காமலும், தம்முடைய முகத்தை அவனுக்கு மறைக்காமலுமிருந்து, தம்மை நோக்கி அவன் கூப்பிடுகையில் அவனைக் கேட்டருளினார்.

தேவனுடைய தயவும், அவருடைய இரட்சிப்பின் நன்மைகளையும் ஏதேன் தோட்டத்தில் தொடங்குவதைக் காணலாம். அங்கு தேவன் முதல் மிருகத்தைப் பலியிட்டு, அவர்கள் நிர்வாணத்தை இலைகளால் (மாம்சத்தின் கிரியைகள்/ சுய நீதியின்) மறைக்க முயன்ற அவர்களுக்கு ஆடையை அணிவித்தார். நாம் நினைப்பது போல் அது உடனடியாக நடக்கவில்லை என்று நான் நம்புகிறேன். தேவன் நமக்காக தம்முடைய வார்த்தையில் பொக்கிஷத்தை மறைத்து வைக்கிறார். அத்தகைய ஒரு பொக்கிஷம் ஆதாம் மற்றும் ஏவாளைத் தோல் ஆடைகளால் அணிவிப்பது பற்றிய பகுதியாகும். தோட்டத்தில் தோலால் ஆன சட்டைகள் அவர்களுக்கு எப்படிக் கிடைத்தன? அது ஒரு மிருகத்திலிருந்துதான் வந்திருக்க வேண்டும். எனவே, இரத்தம் அங்கே சிந்தப்பட்டது. ஆதாமும் ஏவாளும் இந்த முதல் பலியை நேரடியாகக் கண்டார்கள் என்று நான் நம்புகிறேன். பிதாவாகிய தேவன் இந்த பலியின் அர்த்தத்தை அவர்களுக்குப் போதித்து, ஆட்டுக்குட்டியானவரின் இரத்தத்தின் மூலம் அவருடைய மீட்பில் அவர்கள் விசுவாசமாயிருக்கும்படிக்கும் அதைத் தவறாமல் ஆசரிக்கும்படிக்கும் அவர்களுக்குப் கற்பித்திருப்பார். ஆபேலும் பிற்காலத்தில் அதையே கடைப்பிடிப்பதை நாம் காண்கிறோம் என்பதால் இதைச் சொல்கிறேன்.

இரட்சகர் இயேசு கிறிஸ்து தம்மைத்தாமே பலியாக ஒப்புக் கொடுத்தது, பழைய மற்றும் புதிய உடன்படிக்கை மக்களைச் சமமான ஒரே நிலையில் வைத்தது. பழைய ஏற்பாட்டு விசுவாசிகள் மிருகத்தைப் பலியாகச் செலுத்தியதால் மூலம் விசுவாசத்தால் அவர் செய்யவிருக்கும் பணியை அறிவித்தனர். மேலும் பரிசுத்த பந்தியைக் கடைப்பிடிப்பதன் மூலம் நாமும் விசுவாசத்தால் அவரால் செய்து முடிக்கப்பட்ட வேலையைத் தெரிவிக்கிறோம். கர்த்தராகிய இயேசுவின் நாட்களில் வாழ்ந்தவர்களைத் தவிர நம்மில் எவரும் அவரது மரணத்தை நமது மாம்சக் கண்களால் கண்டதில்லை. இது அவருடைய கிருபையால் நம்முடைய ஆவியில் திட சாட்சியாக உள்ளது. தாவீது, ஏசாயா போன்ற தீர்க்கதரிசிகள் இதை தங்கள் ஆவியில் மிகவும் வலுவாகக் கண்டனர். இரட்சகர் பாடுபட்டு நிறைவேற்றும் அனைத்தையும்

அவர்கள் துல்லியமாக வரையறுத்தனர். அவர்களின் அளவிற்குத் தீர்க்கதரிசனம் சொல்ல பாரிய தைரியம் வேண்டும்!

இந்த மீட்பு மற்றும் இரட்சிப்பின் நன்மைகள் யூதர்களுக்கும் புறஜாதியாருக்கும் கூட கிடைக்கப்பட்டுள்ளன. ஆபிரகாமும் அவனது சந்ததியும் யூதக் கூட்டத்தினர்; யூதரல்லாத பிரிவில் ஆதாம் முதல் தேராகு வரை, யோபு, ரூத், நேபுகாத்நேச்சார், கோரேசு போன்ற புறஜாதி அரசர்கள், சூனேமிய விதவை, சீரியனாகிய நாகமான், கர்த்தருடைய காலத்தில் ரோம நூற்றுக்கு அதிபதிகள், பிசாசுகளிலிருந்து மகளை மீட்ட கானானிய ஸ்திரீ, கதரேனுடைய நாட்டிலிருந்த அசுத்த ஆவியுள்ள ஒரு மனுஷன், நாம், அவரை விசுவாசிக்கும் நம்மில் எஞ்சியவர்கள் ஆகியோர் அடங்குவர். இரண்டு வகையினரும் தேவனுடைய நன்மைக்கும் இரக்கத்திற்கும் முற்றிலும் தகுதியற்றவர்கள். நூறு சதவீதம் அவருடைய இரக்கமும் கிருபையும் தான் நம்மை நாமே அழித்துக் கொள்ளாமல் நம்மை மீட்க அவரைத் தூண்டியது. இதையெல்லாம் சாத்தியமாக்கியது எது? உலகத்தின் அஸ்திபாரம் அமைக்கப்படுவதற்கு முன்பே பிதாவின் சித்தத்திற்குக் கர்த்தராகிய இயேசு கீழ்ப்படிந்ததே (வெளிப்படுத்துதல் 13: 8 மற்றும் 1 பேதுரு 1: 19-20).

எந்தவொரு மனிதனும் நியாயப்பிரமாணத்தின் மூலமாகவோ அல்லது வேறு எந்த வழியின் மூலமாகவோ தேவனை அணுகுவது இயற்கையான திறனுக்கு அப்பாற்பட்டது. முயற்சி செய்பவர்கள் எப்போதும் தோல்வி தான் அடைந்தார்கள். இன்று நாம் தேவனுக்கு முன்பாக நிற்கக்கூடிய ஒரே வழி, நம்முடைய கர்த்தராகிய இயேசு கிறிஸ்துவால் அளிக்கப்பட்ட மீட்பு மற்றும் அவர் பெற்றுத் தந்த இரட்சிப்பில் விசுவாசம் வைப்பதுதான். ஆபிரகாம் விசுவாசத்தினால் நீதிமானாகப்பட்டான். இது நியாயப்பிரமாணம் கொடுக்கப்படுவதற்கு முன்பே நடந்தது. விசுவாசத்தோடு தம்மிடம் வரும் எவரையும் தேவன் ஒருபோதும் கைவிடுவதில்லை. வார்த்தையானது தகுதியற்ற மக்களுக்கு அவர் எவ்வளவு உண்மையுள்ளவராக இருந்தார் என்பதற்கான உதாரணங்களால் நிரம்பியுள்ளது.

நம்முடைய தேவன் அகிலத்திற்கும் ராஜா. வானம் அவருடைய சிங்காசனம், பூமி அவருடைய பாதபடி. எந்த மனிதனாலும் அவருடைய ஆளுமைக்குத் தகுந்த சிங்காசனத்தையோ, ஆலயத்தையோ நிறுவ முடியாது. மேலும், தேவன் பூமியில் அமர ஒரு (மிகவும் தாழ்ந்த) உடல் ரீதியான சிங்காசனத்தையோ

அல்லது கோவிலையோ தேடவில்லை. தேவன் எப்போதும் மனிதனுடைய இருதயத்தில் வாசமாயிருப்பதையே விரும்புகிறார். நம்முடைய வாழ்க்கையின் ஒவ்வொரு பகுதியிலும் நாம் அவருடைய இரட்சிப்பைப் பெற்று, அவருக்கு அடிபணியும்போது, நம் இருதயமே அவருடைய சிங்காசனமாகிறது. நாம் அவ்வாறு செய்யும்போது, நமது நீதியான இருதயத்திலிருந்து அவரை வணங்குகிறோம். இதுவே அவரை ஆவியோடும் உண்மையோடும் தொழுது கொள்வதாகும்.

ஆதியிலிருந்தே செயல்படும் ஒரு பரலோக ராஜ்ஜியம் உள்ளது. இது நம் மாமிசக் கண்கள் பார்க்கும் பூமிக்குரிய ராஜ்ஜியத்தைக் காட்டிலும் உண்மையானது. பூமிக்குரிய சாம்ராஜ்யம் ஒரு நாள் முடிவுக்கு வரும். ஆனால் காணப்படாத அந்த நித்திய ராஜ்ஜியத்திற்கு அழிவில்லை. இந்த ராஜ்யத்திற்கு உண்மையான வல்லமை உள்ளது. தேவனால் சொல்லப்பட்ட வார்த்தை (நம் கண்களுக்குப் புலப்படாதது) இன்று நாம் காணும் பூமியின் படைப்புகளை எல்லாம் சிருஷ்டித்தது. கண்ணுக்குப் புலப்படாதது நித்திய வல்லமையைக் கொண்டுள்ளது. நாம் தேவனை ஆராதிப்பதும், துதிப்பதும் (பெரும்பாலும் வார்த்தைகளால் செய்யப்படுகிறது) கண்களுக்குப் புலப்படுவதில்லை. ஆனால் இது ஆவிக்குரிய ரீதியில் முக்கியத்துவம் கொண்டுள்ளது. இல்லையென்றால் சாத்தான் ஏன் மனிதனிடமிருந்து தேவனுக்கு ஏற்றெடுக்கப்படும் துதியையும் மகிமையையும் எடுத்துக் கொள்ளப் பார்த்தான்? இதுதான் அவன் தள்ளப்பட்டதற்கு முக்கிய காரணம். நாம் தேவனைத் துதித்து ஆராதிக்கும்போது, அவர் அவருடைய ராஜ்ஜியத்தில் உயர்த்தப்படுகிறார் (மகிமைப்படுகிறார்), அவருடைய வெற்றி நமக்குச் உரியதாகிறது, நமது இரட்சிப்பில் நிறைவுபெறுகிறது, பேய்களும் ஓடுகின்றன.

எபேசியர் 6:12 தெளிவாகக் கூறுகிறது, 'ஏனெனில், மாம்சத்தோடும் இரத்தத்தோடுமல்ல, துரைத்தனங்களோடும், அதிகாரங்களோடும், இப்பிரபஞ்சத்தின் அந்தகார லோகாதிபதிகளோடும், வானமண்டலங்களிலுள்ள பொல்லாத ஆவிகளின் சேனைகளோடும் நமக்குப் போராட்டம் உண்டு' என்று. நாம் தேவனுடைய சித்தத்தின்படி நடக்கும்போது பிசாசின் வல்லமைகள் நம்மை எதிர்க்கும். அதே நேரத்தில் பெரும்பாலும் நம்முடைய சொந்த மூடத்தனமும், கவனக்குறைவும் நாம் தேவனுடைய சித்தத்தைப் பின்பற்றாதபோது நமக்குப் பிரச்சனைகளை ஏற்படுத்துகின்றன. ஆகையால், தேவனுக்குக் கீழ்ப்படிந்து

நம் வாழ்க்கையை முழுமையாக அர்ப்பணிக்காதபோது, தேவனைக் குறை சொல்வது தவறு. இத்தகைய பிரச்சனைகளுக்கு ஒரே எளிய தீர்வு மனந்திரும்பி அவருக்கு அடிபணிவதாகும். மறுபுறம், தேவனைத் துதித்து ஆராதிப்பதன் மூலம் சாத்தானின் எதிர்ப்பை நாம் திறம்படச் சமாளிக்க முடியும் (சங்கீதம் 8:2). தேவன் நம் இருதய சிங்காசனத்தில் அமர்த்தப்படுவதைக் காணும்போது அவன் ஓட்டம் பிடிக்கிறான். நாம் தேவனைத் துதிக்கும்போது, அது உண்மையில் சாத்தானையும் அவனது ராஜ்ஜியத்தையும் முடக்குகிறது.

தேவனைத் துதித்து ஆராதிப்பது என்றால் என்ன? 'உம்மைத் துதிக்கிறேன்', 'உம்மை ஆராதிக்கிறேன்' என்ற சொற்றொடர்களை வெறுமனே உச்சரிப்பதற்குப் பதிலாக, தேவனுடைய திறமையையும், அவருடைய வல்லமையையும், மகத்துவத்தையும், மேன்மையையும் நாம் பறைசாற்ற வேண்டும். அவர் மலையிலிருந்து இறங்கினபோது, குஷ்டரோகி ஒருவன் **வந்து அவரைப் பணிந்து:** ஆண்டவரே! உமக்குச் சித்தமானால், என்னைச் சுத்தமாக்க உம்மால் ஆகும் என்றான். இங்கே '**வந்து அவரைப் பணிந்து** 'என்று கூறப்பட்டுள்ளது. கர்த்தரால் செய்ய முடிந்ததை மட்டுமே பேசினான். இது ஆராதனை என்று வரையறுக்கப்படுகிறது. தேவனுடைய திறமை, வல்லமை மற்றும் மகத்துவத்தை நாம் உயர்த்தும்போது, தேவனுடைய முடிக்கப்பட்ட வேலை நம் வாழ்க்கையில் செயல்படுவதற்கான கதவை நாம் திறக்கிறோம். ஏனென்றால் அது தேவனை பெரியவராகவும், நமது பிரச்சினைகளை சிறியதாகவும் ஆக்குகிறது. அவருடைய வார்த்தை தானாகவே பொறுப்பேற்கிறது, வெற்றி வெளிப்படுகிறது. நன்றி செலுத்துவதும்! நம் வாழ்வில் தேவன் எவ்வளவு உண்மையுள்ளவராயிருந்தார் என்பதை விவரிப்பதும் ஆராதிப்பதாகும். இந்த துதியும் ஸ்தோத்திரமும் நம் இருதயங்களிலிருந்து வரும்போது, நமது ஆத்துமாவும், சரீரமும் ஆவியுடன் இணைகிறது. அதாவது நம் கைகளை உயர்த்துவது, முழங்காலில் நிற்பது, தேவனுக்கு முன்பாக சாஷ்டாங்கமாக விழுவது போன்றவை. **தேவனுக்கு முன்பாக நீதிமான்களாக்கப்பட்ட உணர்வுடன் நாம் தேவனை வணங்கும்போது, நாம் தேவனை ஆவியோடும் உண்மையோடும் ஆராதிக்கிறோம்** என்று வரையறுக்கப்படுகிறது; இது பெரும்பாலும் அந்நியபாஷைகளில் பேசுவதையும் உள்ளடக்குகிறது. இதைத் தவிர வேறு எதுவும் அர்த்தமற்றது, பயனற்றது. இதனால்தான் பழைய உடன்படிக்கை மக்கள் பலிகளைச் செலுத்திய விதத்தை ஒரு சம்பிரதாயமாகத் தேவன் பார்த்தார். இப்படிப்பட்ட பலிகளைத் தேவன் வெறுத்தார்.

நொறுங்குண்ட, நருங்குண்ட, நேர்மையான இருதயத்தின் கதறலைத் தேவன் ஒருபோதும் புறக்கணிப்பதில்லை என்ற தெளிவான உண்மையை இந்த வார்த்தை வெளிப்படுத்துகிறது. அவர் அவர்களுடைய கூக்குரலுக்குச் செவிகொடுத்து, நம்முடைய துயரத்திலிருந்து நம்மை விடுவித்து நம்முடைய ஜெபத்திற்குப் பதிலளிக்கிறார். தேவனுடைய சித்தத்தின்படி நாம் காரியங்களைச் செய்தால், அவருடைய ஏற்பாடு பரிபூரணமாகவும் உடனடியாகவும் நம்மை வந்தடையும். அவருடைய சித்தத்திலிருந்து நாம் விலகும்போதுதான் நாம் குறைவுபடுகிறோம். ஆனால் அதிலும் அவர் நம்மைத் திருத்தி அதிலிருந்து வெளியே வரும் வழியைக் காட்டுவார்.

மனிதனின் பெருமை அவனைத் தேவனின் நன்மை அவருடைய முன் ஏற்பாடு மற்றும் பாதுகாப்பை இழக்கச் செய்கிறது. 'கேளுங்கள் உங்களுக்குக் கொடுக்கப்படும்' என்ற எளிய சத்தியத்தைப் புரிந்துகொள்வது மனிதக்குலத்திற்கு மிகவும் கடினமாக இருக்கிறது. ஜனங்கள் எப்போதும் முணுமுணுப்பது, புகார் கூறுவது, தேவைப்படும் காலங்களில் மட்டும் அவரை பிடித்துக் கொள்வது என்ற பாதையைத் தேர்ந்தெடுக்கின்றனர். இன்று, நகர்ப்புறங்களில் எனது பகுதியிலும் கூட சில ஊழியர்கள் ஜனங்களை மன்றாடி அழுது ஜெபியுங்கள் என்று கூறி அழ ஊக்குவிக்கிறார்கள். அது ஒருபோதும் நிறைவேறாது. ஏனென்றால் அது மாம்சத்தின் போக்கு, ஒருபோதும் நிறைவேறாது. அவர் கையிலிருந்து நாம் பிடுங்க வேண்டியதில்லை. அவரது கரங்கள் நமக்காக ஏற்கனவே விரிக்கப்பட்டு தான் இருக்கின்றன. அவர் எப்போதும் நமக்கு அருள் செய்கிறார் என்பதை அறிந்து, அதற்காக அவருக்கு நன்றி செலுத்தி, அவர் அதைக் கொடுப்பார் என்பதை அறிந்து, அதை விசுவாசித்து வெறுமனே "தேவனிடம் கேளுங்கள்", அதுவே போதுமானது, அதுவே சரியானது. ஆம் அதுதான் விசுவாசம்! கர்த்தராகிய இயேசு ஆகாயத்துப் பறவைகளையும், வெளியிலுள்ள லீலிபுஷ்பங்களையும் குறித்துப் பேசியபோது இதை விளக்கினார். சங்கீதம் 104:20 லிருந்து 22 மற்றும் 27 லிருந்து 28 ஆகிய வசனங்களிலும் தாவீது இதை அழகாக விளக்கியுள்ளான். அவனுடைய ஆரம்ப வாழ்க்கையின் பெரும்பகுதி வனாந்தரத்தில் கழிந்தது. அங்கே அவன் தன் தகப்பனின் ஆடுகளை உண்மையுடன் மேய்த்தான். மேலும் அவன் சவுலிடமிருந்து தப்பி மறைந்து வாழ்ந்தபோதும்கூட இந்த அனுபவம் அவனுக்குப் பல விஷயங்களைக் கற்றுக் கொடுத்தது. பூமியிலும் வானத்திலும் உள்ள விஷயங்களை அவன் கவனித்தான். சொல்லப்போனால், நம்முடைய

இருதயம் பாரமாக இருக்கும்போது கர்த்தருக்கு முன்பாக நம்முடைய பாரங்களை ஊற்றுவது மற்றும் இதயம் உடைந்து அழுவது தவறோ அல்லது நியாயமற்றதோ அல்ல. அவர் ஒருவரே உண்மையான தேற்றரவாளன். ஆனால் தேவனைக் கொடூரமானவராகவும், செவிடராகவும் சித்தரிப்பதை நாம் தவிர்க்க வேண்டும்.

இஸ்ரவேல் புத்திரருக்கு தேவனுடைய உண்மையை யோசுவா அறிவித்தான். யோசுவா 21:44 மற்றும் 45- ம் வசனங்களில், "கர்த்தர் அவர்களுடைய பிதாக்களுக்கு ஆணையிட்டபடியெல்லாம் அவர்களைச் சுற்றிலும் யுத்தமில்லாமல் இளைப்பாறப்பண்ணினார்; அவர்களுடைய எல்லாச் சத்துருக்களிலும் ஒருவரும் அவர்களுக்கு முன்பாக நிற்கவில்லை; அவர்கள் சத்துருக்களையெல்லாம் கர்த்தர் அவர்கள் கையில் ஒப்புக்கொடுத்தார். கர்த்தர் இஸ்ரவேல் குடும்பத்தாருக்குச் சொல்லியிருந்த நல்வார்த்தைகளிலெல்லாம் ஒரு வார்த்தையும் தவறிப்போகவில்லை; எல்லாம் நிறைவேறிற்று."

தேவன் அவருடைய பிள்ளைகள் அனைவருக்கும் வைத்திருக்கும் நன்மையை அறிவிக்க உலகத்திலுள்ள அனைத்து புத்தகங்களும் போதாது. தேவனுடைய வார்த்தையில் வரும் பரிசுத்தவான்களின் வாழ்க்கையை நாம் படித்தால், அதுவே தேவன் நமக்காக நன்மைகள் வைத்திருக்கிறார் என்ற விசுவாசத்தை அதிகரிக்க போதுமானதை விட அதிகமாக இருக்கும்.

தேவனுடைய நன்மையை அறிந்து ருசித்த பிறகு, இஸ்ரவேலர்கள் தேவனைத் துதிக்கவும் மகிமைப்படுத்தவும் மீண்டும் ஞாபகப்படுத்தப்பட்டனர். விசுவாசம் அடுத்தடுத்த தலைமுறைகளுக்கு ஆசாரியர்களாலும், பெற்றோர்களாலும் அவர்களின் சந்ததியினராலும் கற்பிக்கப்பட்டது. இதை நாம் ஏன் கடைபிடிக்க வேண்டும்? ஏனென்றால், நம்முடைய பாவங்கள் நம்முடைய கர்த்தருடைய சரீரத்தில் நியாயந்தீர்க்கப்பட்டன என்பதை நாம் தொடர்ந்து நினைவில் கொள்ள வேண்டும். "பிதா அவருடைய துன்பத்தின் கூக்குரலைக் கேட்டார்; அவர் தமது சந்ததியைக் கண்டு, நீடித்தநாளாயிருப்பார், அவர் தமது ஆத்தும வருத்தத்தின் பலனைக் கண்டு திருப்தியாவார்; என் தாசனாகிய நீதிபரர் தம்மைப்பற்றும் அறிவினால் அநேகரை நீதிமான்களாக்குவார்" (ஏசாயா 53:10 லிருந்து 11). "அவர் தம்முடைய ஆத்துமாவை மரணத்திலொற்றி, அக்கிரமக்காரரில் ஒருவராக எண்ணப்பட்டு, அநேகருடைய பாவத்தைத்

தாமே சுமந்து, அக்கிரமக்காரருக்காக வேண்டிக்கொண்டதினிமித்தம் அநேகரை அவருக்குப் பங்காகக் கொடுப்பேன்; பலவான்களை அவர் தமக்குக் கொள்ளையாகப் பங்கிட்டுக்கொள்வார்" (ஏசாயா 53:12). நம்மை நீதிமானாக்குதலுக்குத் தேவையான மற்றும் கோரப்பட்ட அனைத்தையும் அவர் செய்தார். நம்மைப் பிதாவுக்கு முன்பாக பரிசுத்தமாகவும் குற்றமற்றவர்களாகவும் நிறுத்துவதற்காகவே அப்படிச் செய்தார். மனிதக்குலத்தின் இரட்சிப்பு தேவனிடம் இருந்த எல்லாவற்றையும் செலவழித்தது - அது விலைமதிப்பற்றது! இந்த காரணத்திற்காக, நாம் இந்த விலைமதிப்பற்ற வரத்தைப் பெற்று, அவரது முடிக்கப்பட்ட வேலையை மகிமைப்படுத்தி, அவரது நன்மையிலும், வாக்குத்தத்தங்களிலும் ஓய்வெடுத்து, நிறைவான, வெற்றிகரமான வாழ்க்கையை வாழ வேண்டும். நம் பிதா நம்மை விட்டு விலகி நிற்க மாட்டார்.

25. *மகா சபையிலே நான் உம்மைத் துதிப்பேன்; அவருக்குப் பயப்படுகிறவர்களுக்கு முன்பாக என் பொருத்தனைகளைச் செலுத்துவேன்.*

26. *சாந்தகுணமுள்ளவர்கள் புசித்துத் திருப்தியடைவார்கள்; கர்த்தரைத் தேடுகிறவர்கள் அவரைத் துதிப்பார்கள்; உங்கள் இருதயம் என்றென்றைக்கும் வாழும்.*

சுவிசேஷங்களில் பதிவு செய்யப்பட்டுள்ள நம் ஆண்டவரின் ஊழியத்தின் ஒவ்வொரு நாளும், அவர் பிதாவை உயர்த்திய விதத்தை அருமையாகக் காட்டுகிறது. அவர் எந்நேரமும் எல்லா இடங்களிலும் பிதாவைப் பற்றிப் பேசினார். பிதாவை மனிதக்குலத்திற்குத் தெரியப்படுத்துவதே அவருடைய குறிக்கோளாக இருந்தது. அவர் நேரில் வந்தபோது, மதவாதிகள் தேவனுடைய சட்டங்கள், நியமங்கள், கட்டளைகள் மற்றும் நியாயத்தீர்ப்புகளை எல்லாம் புரட்டி, தேவனுடைய பிம்பத்தை அழித்தனர். அதில் பெரும்பாலானவற்றை தங்கள் லாபத்திற்காகத் தவறாக விளக்கி மக்கள் மீது பெரும் சுமைகளைச் சுமத்தினர். இருப்பினும், அவர்கள் அதில் எதையும் கடைப்பிடிக்கவில்லை. மிக உயர்ந்த அளவிலான நயவஞ்சகர்களானார்கள்.

இந்த நபர்கள் மக்களின் இருதயங்களிலும் மனதிலும் விதைத்த தேவனைப் பற்றிய தவறான கண்ணோட்டத்தை அகற்றுவதே நமது கர்த்தர் செய்த

முதன்மையான வேலை. அடிப்படையில், அவர் தேவனுடைய உண்மையான தன்மையை நிரூபித்தார், வார்த்தையைப் பிரசங்கித்து, எல்லா நயவஞ்சகர்கள் மற்றும் அவர்களால் வஞ்சிக்கப்பட்ட மக்களின் கண்களுக்கு முன்பாக அடையாளங்கள் மற்றும் அதிசயங்களுடன் அதை நிறுவினார். அவர்களுக்கு வெளிப்படுத்தப்பட்ட பெயரான **"யாவே"** (கர்த்தர்) என்ற பெயரால் தேவனை அழைக்கக் கூட முடியாத குற்ற உணர்வுள்ள, பாவத்தை உணர்ந்த உலகத்திற்கு **"அப்பா பிதாவே"** என்று அழைப்பதை வெளிப்படுத்தினார். ஒரு மனிதன் உண்மையில் தேவனை அப்பா பிதாவே என்று அழைப்பதை ஜீரணிக்க முடியாததால் மாய்மாலக்காரர்கள் ஆத்திரமடைந்தனர்.

பழைய ஏற்பாட்டில், தேவன் மோசேக்கு தம்முடைய நாமத்தை "நான் இருக்கிறவராகவே இருக்கிறேன்" என்று வெளிப்படுத்தினார். தேவன் ஏன் அந்த சொற்றொடரை முடிக்கவில்லை என்பதை என்னால் புரிந்து கொள்ள முடியாத காலம் ஒன்று இருந்தது. எகிப்தியர்கள் வாழ்க்கையின் ஒவ்வொரு தேவைக்கும் அவர்கள் ஒவ்வொரு கடவுளை வணங்கியதால், பெரும் பட்டாளமளவிற்கு அவர்கள் வணங்கும் கடவுள்கள், தேவதைகள் இருந்தனர் (இன்று ஆசிய நாடுகளில் நடைமுறையில் உள்ள கலாச்சாரத்திற்கு மிகவும் ஒத்திருக்கிறது). என்றபோதிலும், எல்லாவற்றின்மீதும் அதிகாரமுள்ள கடவுளோ அல்லது வாழ்க்கை சம்பந்தப்பட்ட எல்லாவற்றிற்கும் பொறுப்புள்ள கடவுளோ அவர்களுக்கு இருக்கவில்லை. தேவன் தம்முடைய நாமத்தை மோசேக்கு வெளிப்படுத்தியபோது, அது அவனுக்கும் அவனுடைய சகோதரர்களுக்கும் ஆழமான தாக்கத்தை ஏற்படுத்தியது. அந்தப் பெயர் **'அனைத்தையும் உள்ளடக்கியது'** மற்றும் **'அவருடைய பிள்ளைகள் ஒவ்வொருவருக்கும் அவரே எல்லாம்'** என்பதையும் குறிக்கிறது. ஒவ்வொரு பிரச்சனைக்கும் இஸ்ரவேலர் ஒரு தனி தெய்வத்தை அணுக வேண்டிய அவசியம் இல்லை. தாங்கள் அடிமைத்தனத்திலிருந்து விடுதலையாக்கி இரட்சிக்க எண்ணற்ற கடவுள்கள் மற்றும் தேவதைகளைத் தேடி அவர்கள் அங்கும் இங்கும் அலையவேண்டிய அவசியமில்லை. அகிலத்தையும் சிருஷ்டித்த சிருஷ்டிகர் தம்முடைய நாமத்தின் மூலமாக அவர்களுடன் உறவை ஏற்படுத்தினார்! அவர்தான் எல்லாவற்றிற்கும் எல்லாம்! அவர் அவர்களைப் பாதுகாப்பவர், சுகமளிப்பவர், தேவைகளைச் சந்திப்பவர், விடுவிப்பவர், அவர்களின் பெலன், நம்பிக்கை, அடைக்கலம் போன்ற எல்லாமே அவரே. என்ன தேவையோ அவற்றிற்கெல்லாம் அவரே பதிலாக இருந்தார். அதேபோல், அவர் இன்று

நமக்கும் அப்படியே இருக்கிறார்! ஆனால் அவர்கள் இதை ஒருபோதும் புரிந்து கொள்ளவில்லை. துரதிர்ஷ்டவசமாக, மேசியா தம்முடைய ஊழியத்தை ஆரம்பித்து தம்முடைய பெயரை 'பிதா' என்று அறிவிக்கும் காலம் வரை இது தொடர்ந்தது. இப்போது இந்த வார்த்தையை அவர்கள் புரிந்துகொண்டார்கள். ஏனென்றால் கிட்டத்தட்ட ஒவ்வொரு மனிதனுக்கும் ஒரு பூமிக்குரிய தகப்பன் இருக்கிறார். மேலும் இந்த அன்பின் உறவு அனைவருக்கும் இல்லையெனினும் பெரும்பாலானோருக்குக் கிடைக்கப்பெறுகிறது. அன்றும் இன்றும் மக்களுக்கு இது ஒரு நல்ல முன்னுதாரணம்.

ஆண்டவர் இயேசு பிதாவை மகிமைப்படுத்திய அதே விதத்தில் நாமும் வாழ வேண்டும். அவருடைய அன்பைப் பெற்றிருக்கும் நாமும், தேவன் நம் வாழ்க்கையில் சந்திக்கும் ஒவ்வொரு மனிதர்களுடனும் தேவனுடைய அன்பின் சத்தியத்தைப் பகிர்ந்து கொள்வது அவசியமாகிறது. நாம் அவ்வாறு செய்யும்போது, தேவனை உன்னதமான இடத்திற்கு உயர்த்தவும், யோவான் ஸ்நானகனின் வசனத்துடன் இணைந்து கொள்ளுவதை உறுதிப்படுத்த வேண்டும்:"அவர் பெருகவும் நான் சிறுகவும் வேண்டும்". அப்போது, நம் இருதயம் சரியாக இருக்கும், நம் மனசாட்சி தெளிவாக இருக்கும். எல்லாவற்றையும் தேவனுடைய மகிமைக்கென்று செய்ய வேண்டும் (1 கொரிந்தியர் 10:31) மற்றும் அவரை எப்போதும் உயர்ந்த ஸ்தானத்தில் வைத்திருக்க வேண்டும்.

பிதாவாகிய தேவன் எரேமியா புத்தகம் 31-ஆம் அதிகாரத்தில், வசனங்கள் 31 லிருந்து 34 வரை ஒரு புது உடன்படிக்கை பண்ணுவேன் என்று வெளிப்படையாகக் கூறியுள்ளார். இந்த வாக்குறுதி பழைய உடன்படிக்கை ரத்து செய்யப்படும் என்றும், ஒரு புதிய உடன்படிக்கை அறிமுகப்படுத்தப்பட்டு நிறுவப்படும் என்றும் தெரிவிக்கிறது. "இதோ, நாட்கள் வருமென்று கர்த்தர் சொல்லுகிறார், அப்பொழுது இஸ்ரவேல் குடும்பத்தோடும் யூதா குடும்பத்தோடும் புது உடன்படிக்கை பண்ணுவேன். நான் அவர்கள் பிதாக்களை எகிப்து தேசத்திலிருந்து அழைத்துவரக் கைப்பிடித்த நாளிலே அவர்களோடே பண்ணின உடன்படிக்கையின்படி அல்ல; நான் இஸ்ரவேல் குடும்பத்தோடே பண்ணப்போகிற உடன்படிக்கையாவது; நான் என் நியாயப்பிரமாணத்தை அவர்கள் உள்ளத்திலே வைத்து, அதை அவர்கள் இருதயத்திலே எழுதி, நான் அவர்கள் தேவனாயிருப்பேன், அவர்கள் என் ஜனமாயிருப்பார்கள் என்று கர்த்தர் சொல்லுகிறார். இனி ஒருவன் தன் அயலானையும், ஒருவன் தன் சகோதரனையும் நோக்கி: கர்த்தரை அறிந்துகொள் என்று போதிப்பதில்லை;

அவர்களில் சிறியவன்முதல் பெரியவன்மட்டும், எல்லாரும் என்னை அறிந்துகொள்வார்கள் என்று கர்த்தர் சொல்லுகிறார்; பாவம் பலியின் இரத்தத்தின் கீழ் மூடப்பட்டிருந்த பழைய உடன்படிக்கையைப் போலல்லாமல், இங்கே, பாவங்கள் முற்றிலும் நீக்கப்படும், ஏனென்றால் தேவன் நம் அக்கிரமத்தை மன்னித்து, நம்முடைய பாவங்களை இனி நினையாதிருப்பார்".

இது புதிய உடன்படிக்கையின் வாக்குத்தத்தம். தேவன் தம்முடைய பிள்ளைகள் மூலம் பேசி முழு உலகத்திற்கும் சாட்சியாக வார்த்தையில் வெளிப்படையாகப் பதிவு செய்தார். இது தேவனிடமிருந்து நமக்கு அளிக்கப்பட்டத் தனிப்பட்ட வழிகாட்டுதலின் உறுதியைக் கொண்டிருந்தது. ஆண்டவர் இயேசு தமது பரிபூரண பலி மூலம் இந்த பொருத்தனையை நிறைவேற்ற வந்தார். அவர் கருவில் அவதரித்தது முதல் மரிக்கும் பரியந்தம் பரிபூரண பரிசுத்த வாழ்க்கை வாழ்ந்தார் என்பதில் எந்த சந்தேகமும் இல்லை. அவர் தம்முடைய உயிரைக் கொடுத்து இந்த நற்செய்தியை நிறைவேற்றினார். அவரது மரணத்திற்கு சில மணி நேரங்களுக்கு முன்பு, இந்த உடன்படிக்கையின் வெளிப்படையான அடையாளமாகப் பரிசுத்த பந்தியை நிறுவினார்.

அவருடைய பூமிக்குரிய ஊழியம் முழுவதும், அவரைப் பின்தொடர்ந்த திரளான மக்கள் இருந்தனர். அவருக்கு ஊழியம் செய்த பெண்கள் உட்பட, பெரும்பாலான நேரங்களில் அவருடன் இருந்த உண்மையுள்ள சீடர்கள் ஏராளமாக இருந்தனர். ஆனால் இவர்கள் அனைவரிலும், எப்போதும் தம்முடன் இருக்க பன்னிரண்டு பேரை அவர் தேர்ந்தெடுத்தார். நிச்சயமாக, நம் ஆண்டவர் அவர்களின் தோழமையை அனுபவித்திருப்பார், ஆனால் பயனடைந்தவர்கள் நிச்சயமாக பன்னிரண்டு பேர். இந்த பன்னிரண்டு சீடர்களே புதிய உடன்படிக்கையை நிறுவியதில் முதலில் பங்கேற்கும் சிலாக்கியம் பெற்றவர்கள். இந்த உடன்படிக்கையை முன்னெடுத்துச் செல்லும் பொறுப்பு அவர்களுக்கு வழங்கப்பட்டது. அவர்கள் அதை எடுத்துச் சென்றார்கள். அவர் உயிர்த்தெழுந்த பிறகு, எம்மாவுக்குச் செல்லும் வழியில் இரண்டு பேருக்குத் தரிசனமாகி அவர்களுடன் அப்பம் பிட்டார். இதைத் தொடர்ந்து, (அவரை அறியாதபடிக்கு முன்பு தடுக்கப்பட்டிருந்த) அவர்களின் கண்கள் திறக்கப்பட்டு, அவர் கர்த்தர் என்று அறிந்தார்கள். மேலும், அப்போஸ்தலர்களும் சீடர்களும் தொடர்ந்து பரிசுத்த பந்தியை முழு பயபக்தியுடன் கடைப்பிடித்தனர்.

கர்த்தருடைய பந்தியைப்பற்றி அப்போஸ்தலன் பவுல் நேரடியாகக் கர்த்தரிடமிருந்து ஒரு தனிப்பட்ட வெளிப்பாட்டைப் பெற்றான். இன்று கர்த்தருடைய பந்தியில் பங்கேற்பதற்கு முன்பு நம்மில் பெரும்பாலோர் இந்த பகுதியை (1 கொரிந்தியர் 11:23 லிருந்து 26) வாசிக்கிறோம். இரட்சிக்கப்பட்ட நாம் அனைவரும் ஆவியில் எளியவர்கள் என்றும், முழு இருதயத்துடனும் இந்த பரிசுத்த பந்தியில் பங்கேற்கிறோம் என்றும் அறிக்கையிட்டிருக்கிறோம். இது உண்மையில் நமக்காக ஒப்புக்கொடுக்கப்பட்ட நமது இரட்சகரின் மரணத்தை நினைவு கூறும் ஒரு வல்லமையான அறிக்கையாகும். மேலும் இது ஆத்துமா மற்றும் சரீரத்தில் பெரும் தாக்கத்தை ஏற்படுத்துகிறது. இது நம்மைப் பரிபூரணமாகத் திருப்திப்படுத்துகிறது. ஏனென்றால் அவர் நம்முடைய எல்லா பாவங்களையும், அதன் விளைவுகளையும் சுமந்தார். அவருடன் உடன் சுதந்தரவாளிகளாக நாம் இருப்பதால் இரட்சிப்பின் நன்மைகளையும் அனுபவிக்கிறோம். அவர் எல்லா சகோதரர்களுக்குள்ளும் முதற் பலனாக இருக்கிறார். பரிசுத்த பந்தியில் பங்கேற்கும் நாம், கர்த்தர் திரும்பி வரும்வரை அவருடைய மரணத்தை அறிவிக்கிறோம். சாவுக்கேதுவான சரீரத்தைக் கொண்டிருந்தாலும், நித்திய நித்தியமாக வாழும் ஆவி நமக்கு அருளப்பட்டிருக்கிறது. நம் மாமிச சரீரம் சாகும் போது, நம் ஆவி தேவனுடன் என்றென்றும் வாழும் மகிமைப்படுத்தப்பட்ட சரீரத்தை அணிவிக்கின்றன. இதனால் நம் ஆவி நித்திய நித்தியமாய் வாழும். எனவே பிதா நமக்காகச் செய்து நமக்குக் கொடுத்த ஒவ்வொரு நன்மையையும் ஒப்புக்கொண்டு, நாம் எப்போதும் அவருக்கு ஸ்தோத்திரம் செலுத்தக்கடவோம்.

27. *பூமியின் எல்லைகளெல்லாம் நினைவுகூர்ந்து கர்த்தரிடத்தில் திரும்பும்; ஜாதிகளுடைய சந்ததிகளெல்லாம் உமது சமுகத்தில் தொழுதுகொள்ளும்.*

28. *ராஜ்யம் கர்த்தருடையது; அவர் ஜாதிகளை ஆளுகிறவர்.*

29. *பூமியின் செல்வவான்கள் யாவரும் புசித்துப் பணிந்துகொள்வார்கள்; புழுதியில் இறங்குகிறவர்கள் யாவரும் அவருக்கு முன்பாக வணங்குவார்கள். ஒருவனும் தன் ஆத்துமா அழியாதபடி அதைக் காக்கக்கூடாதே.*

30. ஒரு சந்ததி அவரைச் சேவிக்கும்; தலைமுறை தலைமுறையாக அது ஆண்டவருடைய சந்ததி என்னப்படும்.

31. அவர்கள் வந்து: அவரே இவைகளைச் செய்தார் என்று பிறக்கப்போகிற ஜனங்களுக்கு அவருடைய நீதியை அறிவிப்பார்கள்.

மேற்கண்ட வசனங்களில் எழுதப்பட்டுள்ள 'புசித்து', 'நினைவுகூர்ந்து' என்ற வார்த்தைகள் மிகவும் சுவாரஸ்யமானது. மீண்டும், கர்த்தருடைய பந்தியும் அதன் முக்கியத்துவமும் தேவனுடைய வார்த்தையில் நன்கு வலியுறுத்தப்படுகின்றன. இந்த வசனங்களை வாசித்தபோது, என்னால் அதை நன்றாக தொடர்புபடுத்த முடிந்தது. எனது ஒவ்வொரு நாளையும் வழக்கமாக காலை ஐந்து மணிக்குத் துவங்கி, சுமார் ஒருமணி நேரம் தேவனுடன் தனிப்பட்ட முறையில் செலவிடுவேன். இதில் ஜெபம், வேதவசனங்களை அறிக்கை செய்வது மற்றும் நீதிமொழிகள் புத்தகத்திலிருந்து ஒரு அத்தியாயத்தைப் படிப்பது ஆகியவை அடங்கும். இதைத் தொடர்ந்து, என் தனிப்பட்ட ஆவிக்குரிய வளர்ச்சிக்காக சுமார் ஒன்றரை மணி நேரம் காட் (GOD TV) தொலைக்காட்சியில் நேரத்தை செலவிடுகிறேன். பிறகு என் கணவர் மற்றும் குழந்தைகளைக் கவனித்துக் கொண்டு அன்றைய வேலையைக் கவனிக்க ஆரம்பித்து விடுவேன். கொரோனா தொற்றுநோய் காரணமாக ஏற்பட்ட ஊரடங்கு காலத்திலிருந்து இது எனது வழக்கமாக இருந்தது. தொற்றுநோய்க்கு முன்பு, நான் என் பிள்ளைகள் பள்ளிக்குச் சென்றிருக்கும் போது பரிசுத்த வேதாகமத்தை வாசிப்பதில் அதிக நேரம் செலவிடுவேன். ஆனால் சில காட் (GOD TV)) தொலைக்காட்சியைப் பார்த்தபோது, இந்த வசனத்தின் சாரம் எனக்குப் புரிந்தது. நமது இரட்சகரின் வல்லமையான தியாகத்தை மறுப்பதில் எந்த அர்த்தமும் இல்லை. இந்தக் கூற்றை மறுப்பது அநீதியாகும். சுவிசேஷத்தின் சத்தியம் இன்றுவரை உலகெங்கிலும் உள்ள கோடாகோடி மக்களின் மனதை மாற்றியுள்ளது. மக்கள் கர்த்தருடைய பந்தியின் உண்மையான அர்த்தத்தைக் கற்றுக் கொள்கிறார்கள், அதில் தவறாமல் பங்கேற்கிறார்கள். அர்ப்பணிப்புள்ள, தேவபயமுள்ள பிரசங்கிகளும், போதகர்களும் கர்த்தருடைய பந்தியின் நோக்கத்தை மக்களுக்குக் கற்பிக்கிறார்கள். ஆண்டுக்கு ஒரு முறை புனித வெள்ளி மற்றும் ஈஸ்டர் பண்டிகையைக் கொண்டாடும் போது மட்டும் நம் ஆண்டவரின் தியாகத்தை நினைவு கூறவேண்டும் என்பதில்லை. கர்த்தரின் அன்பு அவருடைய சத்தியத்தை

அறிய நம் இருதயங்களை ஏவுவதால் இந்த காலக்கட்டங்கள் சிறப்பாக மாறி வருகின்றன. தேவனுடைய சரீரமாகிய சபையின் ஒவ்வொரு அங்கமும் தேவனுடைய அழைப்பைப் பின்பற்றுவதில் மும்முரமாக இருப்பதற்காக நான் தேவனுக்கு நன்றி செலுத்தி மகிமைப்படுத்துகிறேன்.

குறிப்பிட்ட சில காட் (God TV) தொலைக்காட்சிக்காகப் பிதாவுக்கு நான் மிகவும் நன்றியுள்ளவ ளாக இருக்கிறேன். ஆழ்ந்த விரக்தியின் ஒரு கட்டத்தில் இந்த அலைவரிசை என் வாழ்க்கையில் நம்பிக்கையின் கலங்கரை விளக்கமாக வந்தது. அந்த நேரத்தில், எனக்கு இணையமோ அல்லது எந்த சமூக ஊடகங்களோ அறிமுகம் இல்லை. சபையில் நான் கேட்ட பிரசங்கங்களைத் தவிர எனக்குத் தகவல் ஆதாரமாக இருந்தது தொலைக்காட்சி மட்டுமே. இந்த அலைவரிசையின் சில நிகழ்ச்சிகள் என் வாழ்க்கையின் ஒவ்வொரு கட்டத்திலும் எனக்குப் பெரிதும் உதவியுள்ளன. நான் சில சவால்களைச் சந்தித்தபோது எனக்கென்றே ஒளிபரப்பாகிய சில நிகழ்ச்சிகள் இருந்தது என்று சொன்னால் அது மிகையாகாது. அவரோடு நான் தனிப்பட்ட நேரத்தைச் செலவிடுவதற்கு அப்பால், இந்த அலைவரிசை மூலம் இன்று வரை என்னைத் தொடர்ந்து தேவன் போஷிக்கிறார். இந்த அலைவரிசையில் நான் சில நிகழ்ச்சிகளைப் பார்க்கும்போது, தேவனுடைய மகத்தான மற்றும் வியக்கத்தக்க வேலையை அறிகிறேன். பலபேருடைய ஜீவன் தொடப்பட்டுச் சிறப்பாக மாற்றப்பட்டிருக்கிறதைக் காண்கிறேன். அநேக ஜனங்கள் இரட்சிக்கப்பட்டு, நரகத்திற்குப் பதிலாக நித்தியத்தில் தேவனோடு இருப்பதற்கான நிச்சயத்தைப் பெறுகிறார்கள். எத்தனையோபேர் சென்று உபதேசித்து, பிரசங்கித்து, சீஷராக்கி, உலகம் முழுவதையும் சுவிசேஷித்து, கிருபையின் சுவிசேஷத்தை எல்லா ஜனங்களுக்கும் கொண்டு செல்கிறார்கள். இந்த தீர்க்கதரிசனம் நம் கண்களுக்கு முன்பாக வெளிப்படுகிறது! வெவ்வேறு இனக்குழுக்கள், கலாச்சாரங்கள் மற்றும் தொழில்களைச் சேர்ந்த எல்லா தேசங்களைச் சேர்ந்த மக்களும் தங்கள் வீண் முயற்சிகளை விட்டுவிட்டு, இரட்சிப்பைப் பெற்று, தங்கள் வாழ்க்கைக்கான தேவனுடைய சித்தத்தைப் பின்பற்றுவதை நாம் காண்கிறோம்.

கர்த்தராகிய இயேசு கிறிஸ்து இன்று பூமியில் ஆளுகை செய்கிறார். ஏனென்றால் வானத்திலும் பூமியிலும் சகல அதிகாரமும் அவருக்குக் கொடுக்கப்பட்டிருக்கிறது (மத்தேயு 28:18). சாத்தான் தனது வஞ்சகத்தைத் தொடர்கிறான், அவனிடம் எந்த அதிகாரமும் இல்லை. தேவனுடைய அன்பை

ஏற்றுக்கொள்ளாமல் அந்த வஞ்சகத்தைத் தேர்வு செய்து அவனைப் பின்பற்றும் மக்கள் உள்ளனர். ஆனால் தேவனுடைய பிரியமான மந்தையோ, அவரைப் பின்பற்றி அவருடைய சத்தத்தைக் கேட்டு அவரால் காக்கப்படுகிறது.

'பூமியின் செல்வந்தர்கள் யாவரும் புசித்துப் பணிந்துகொள்வார்கள்; புழுதியில் இறங்குகிறவர்கள் யாவரும் அவருக்கு முன்பாக வணங்குவார்கள்' என்றும் இந்த வேதப்பகுதி தெளிவாகக் கூறுகிறது. இது இரண்டு வகை மக்களை வரையறுக்கிறது: முதலாவது இரட்சிக்கப்பட்டவர்கள் (பரிசுத்த பந்தியில் பங்கேற்கும் மக்கள்), மற்றொரு குழு இரட்சிக்கப்படாதவர்கள் (தேவனுடைய இரட்சிப்பை நிராகரிப்பவர்கள்). உலகம் வரையறுக்கும் விதத்தில் இருந்து மிகவும் வித்தியாசமாகத் தேவன் வெற்றி மற்றும் செழிப்பை விவரிக்கிறார். இந்த இரண்டிற்கும் உள்ள தொடர்பைப் பற்றி ஆதியாகமம் 24 மற்றும் 39-ம் அதிகாரங்களிலிருந்து நன்றாகப் புரிந்துகொள்ளலாம். முதலாவதாக, இது ஆபிரகாமின் வீட்டிலிருந்த மூத்த வேலைக்காரனைப் (எலியேசர்) பற்றியது. ஆபிரகாம் தனது சொந்த நாட்டிலிருந்து தனது மகன் ஈசாக்குக்கு ஒரு மணமகளைக் கண்டுபிடிக்க இந்த ஊழியனை நியமித்தான். இரண்டாவது, யோசேப்பு போத்திபாரால் தனக்கு அடிமையாக வாங்கப்பட்டதைப் பேசுகிறது. இவ்விரண்டு சந்தர்ப்பங்களிலும், இந்த வார்த்தைகள் அவர்களின் வாழ்க்கையில் தேவனுடைய சித்தம் தெளிவாக இருந்ததைக் குறிக்கிறது, அவர்கள் (தேவனுடைய சித்தத்தின்படி) சாதிக்க விரும்பியது நிறைவேறியது. இது அவர்களைச் சுற்றியுள்ள மக்களாலும் கூட பாராட்டப்பட்டது. ஆதியாகமம் 39:2-ல், "கர்த்தர் யோசேப்போடே இருந்தார், அவன் காரியசித்தியுள்ளவனானான்" என்று கூறுகிறது.

பலரும் வெற்றி என்பது ஒரு விளைவு என்று நினைக்கலாம். நம் வாழ்வில் நம்மை உயர்த்தவும், அதிக அர்த்தமுள்ளவர்களாக வாழவும் தேவனுடைய பிரசன்னம் தான் காரணம் என்பதே உண்மை. இந்தக் கட்டத்தில் யோசேப்பு செல்வந்தன் அல்ல. சொல்லப்போனால், போத்திபார் இஸ்மவேலரிடமிருந்து அப்போதுதான் அவனை விலைக்கு வாங்கியிருந்தான். பொன், வெள்ளி அல்லது சொந்த வீடு இருக்கிறது இல்லை என்பது அல்ல, முதலாவது அவனுக்கு அடிப்படைத் தேவையான ஒழுங்கான வஸ்திரம்கூட இல்லை. 'கர்த்தர் அவனோடே இருக்கிறார் என்றும், அவன் செய்கிற யாவையும் கர்த்தர் வாய்க்கப்பண்ணுகிறார் என்றும்' (ஆதியாகமம் 39:3) அவன் எஜமான் கண்டான். அவன் தனது எகிப்திய எஜமானருக்குத் தேவனுக்கு உகந்த முறையில்

அடங்கியிருந்தான். ஆபிரகாமின் வேலைக்காரன் தன் எஜமானின் குமாரனுக்கு மனைவியைத் தேடிச் சென்றபோது, மகா ரூபவதியும், புருஷனை அறியாத கன்னிகையுமாய் இருந்த இளம் பெண்ணிடத்தில் குடத்திலிருக்கிற தண்ணீரில் கொஞ்சம் குடிக்கத் தரவேண்டும் என்றான். அவனது வேண்டுகோளுக்கு இணங்கி, அவனுக்கும் அவனுடைய பத்து ஒட்டகங்களுக்கும் தண்ணீர் மொண்டு கொடுக்க முன்வந்தாள். அவன் அந்த தேசத்தை அடைந்தபோது தேவனிடம் கேட்ட அடையாளம் இது. ஆனால், தேவனோ ஒரு படி மேலே சென்று, அவள் ஆபிரகாமின் (அவரது சகோதரன் நாகோரின் பேத்தி) நெருங்கிய உறவினள் என்பதை உறுதிப்படுத்தினார். இது அந்த ஆபிரகாமின் ஊழியக்காரனுக்கு ஒரு வெற்றியாகவும், செழிப்பாகவும் அமைந்தது. தேவன் கொடுத்த வார்த்தைகளின் வரையறைகளை நாம் கடைப்பிடித்தால் நாம் அனைவரும் வாழ்க்கையில் மிகவும் நன்றாக இருப்போம். வெற்றி மற்றும் செழிப்பை வரையறுக்க உலகம் சிறந்த மற்றும் தேவனுக்கேற்காத நயவஞ்சகமான போதனைகளைக் கையாளுகிறது. கிறிஸ்தவர்கள் கூட அதற்கு இரையாகிறார்கள். இது மிகவும் வருத்தமளிக்கிறது!

இரட்சிக்கப்படுகிறவர்கள் கர்த்தருடைய ஜீவபலியை நினைவுகூர வேண்டும். ஆனால் இரட்சிக்கப்படாதவர்களைப் பற்றி என்ன? கர்த்தராகிய இயேசு கிறிஸ்துவின் மூலம் தேவன் வழங்கிய இரட்சிப்பை அவர்கள் நிராகரிப்பதால் மட்டுமே ஜனங்கள் நரகத்தில் தள்ளப்படுவார்கள் (யோவான் 16:9). வெறும் பொய், விபச்சாரம், திருட்டு போன்ற பாவங்களால் மக்கள் நரகத்தில் தள்ளப்படுவதில்லை. **"நீ மண்ணாயிருக்கிறாய், மண்ணுக்குத் திரும்புவாய்" என்பது வீழ்ச்சிக்குப் பிறகு ஆதாமுக்கு தேவனால் அறிவிக்கப்பட்ட சாபம்** (ஆதியாகமம் 3:19). தேவனுடைய கரத்தினால் மனிதன் பூமியின் மண்ணிலிருந்து படைக்கப்பட்டான். அவனது விலா எலும்புகளில் ஒன்றிலிருந்து (ஒரு எலும்பு) அந்தப் பெண் உருவாக்கப்பட்டாள். மனிதர்களின் எலும்புகள் பரிசுத்த வேதாகமத்தில் மிகவும் முக்கியத்துவம் வாய்ந்தவை. யூதர்களும், கிறிஸ்தவர்களும் இறந்த பிறகு உடலைப் புதைக்கும் பழக்கம் கொண்டவர்கள். யூத வழக்கம் கொஞ்சம் வித்தியாசமானது. கிறிஸ்தவர்கள் உடலைச் சவப்பெட்டியில் வைத்து பூமிக்கடியில் புதைக்கிறோம். ஆனால், கடந்த காலங்களிலிருந்தே யூதர்கள் உடலை ஒரு குறிப்பிட்ட காலத்திற்குப் பதப்படுத்தும் பொருட்களாலும், வாசனைத் திரவியங்களாலும் சுற்றி, அதற்காக அமைக்கப்பட்ட கல்லறையில் வைப்பார்கள். அதன் பின்னர் உடல் எந்த

அளவிற்குச் சிதைந்திருக்கிறது என்ற அளவின் அடிப்படையில் கல்லறையில் உள்ள வெவ்வேறு அறைகளுக்கு மாற்றப்படும். சதை மற்றும் உறுப்புகளின் அனைத்தும் சிதைவடைந்து முடிந்ததும், அனைத்து எலும்புகளும் கவனமாகச் சேகரிக்கப்பட்டு, ஒரு மரப்பெட்டியில் முத்திரையிடப்பட்டு, அந்த நபரின் பெயர் மற்றும் குடும்ப விவரங்களுடன் சரியாக சிட்டையிடப்பட்டு (Label), இதுபோன்ற பல பெட்டிகள் கொண்ட ஒரு தனி அறையில் வைக்கப்படும். இது அடக்கத்தின் இறுதிக் கட்டமாகும். இது இறந்ததிலிருந்து குறைந்தபட்சம் ஒரு வருட காலத்திற்குள் மேற்கொள்ளப்படும். சில நம்பிக்கைகள் அவர்களிடத்தில் இருந்ததால், மக்கள் தங்கள் அன்புக்குரியவர்களின் எலும்புகளைப் பாதுகாத்து வைப்பார்கள். வாக்குக் கொடுக்கப்பட்ட தேசத்துக்கு இஸ்ரவேல் ஜனங்கள் செல்லும் போது தன்னுடைய எலும்புகளை எகிப்திலிருந்து எடுத்துச் செல்லும்படி யோசேப்பு தன் சகோதரர்களுக்குக் குறிப்பாகக் கட்டளையிட்டான். எசேக்கியேல், 37-ஆம் அதிகாரத்தில் உலர்ந்த எலும்புகள் நிறைந்த பள்ளத்தாக்கிலிருந்து மகா பெரிய சேனை எவ்வாறு வெளிப்பட்டது என்பதைப் பற்றிய மிகவும் பிரபலமான தரிசனத்தை எசேக்கியேல் புத்தகம் பதிவு செய்கிறது.

கர்த்தருடைய எலும்புகளில் ஒன்றும் முறிக்கப்படுவதில்லை என்று தீர்க்கதரிசனம் உரைக்கப்பட்டது (சங்கீதம் 34:20). கர்த்தருடைய சரீரம் சிதைந்தபொழுதும் அவருடைய எலும்புகளில் ஒன்றும் முறிக்கப்படவில்லை. எலும்புகள்தான் கடைசியாகச் சிதைவடைகின்றன என்பதும், எலும்புகளில் பல அழுகுவதில்லை என்பதும் நன்கறியப்பட்டதே. ஆயிரக்கணக்கான ஆண்டுகள் பழமையான மனிதர்களின் எலும்புகளைத் தொல்பொருள் ஆராய்ச்சியாளர்கள் தோண்டி எடுத்துள்ளனர். இதற்கு ஏதாவது சம்பந்தம் இருக்கிறதா? இந்த அம்சத்தில் மேலும் ஆராய்ச்சி செய்யவும், தேவனுடைய வார்த்தையை இன்னும் அதிகம் படிக்கவும் இது என்னை ஊக்குவித்தது. நீங்களும் அவ்வாறே செய்ய நான் ஊக்குவிக்கிறேன். கர்த்தராகிய இயேசு மரித்தபோது, பல கல்லறைகள் திறக்கப்பட்டன. இவை மண்ணின் புதைகுழிகள் அல்ல. மாறாக, இறந்துபோன அநேகருடைய எலும்புகள் அடங்கிய பெட்டிகள் இவை. அவருடைய உயிர்த்தெழுதலுக்குப் பிறகு, பல பரிசுத்தவான்கள் எழும்பி, பரிசுத்த நகரத்திற்குள் சென்று, அநேகருக்குத் தரிசனமானார்கள்! இது உலர்ந்த எலும்புகளின் பள்ளத்தாக்கைப் பற்றிய எசேக்கியேலின் தீர்க்கதரிசனத்திற்கு இணையாகச் செல்கிறது.

சில முக்கியமான மற்றும் சுவாரஸ்யமான தகவல்களுக்குப் பிறகு, பெரும்பாலான புறமதங்களின் நன்கு அறியப்பட்ட நடைமுறைகளுக்கு உங்கள் கவனத்தை ஈர்க்க விரும்புகிறேன். அவர்களில் பெரும்பாலோர் தகனம் செய்து, இறந்த உடலைத் தூளாக எரிக்கின்றனர். இவ்வாறு, அவர்களின் எலும்புகளும் தூளாக எரிந்துவிடுகின்றன. மேலும் உண்மையிலேயே, 'நீ தூசியும் தூசிக்கு நீ திரும்புவாய்' என்ற பழமொழி நிறைவேறுகிறது. நம் ஆண்டவரின் இரட்சிப்பை மறுதலித்தவர்கள் ஏறக்குறைய இவர்கள்தான். ஆனால் இவர்களும் ஒரு நாள் கர்த்தருக்கு முன்பாக நின்று அவரைப் பணிய வேண்டும். கீழ்க்காணும் இந்த செய்தி அனைவருக்கும் ஒரு கசப்பான உண்மையைக் கற்றுக் கொடுத்துள்ளது: ஒரு நபர் எவ்வளவு பணக்காரராக இருந்தாலும், இறக்க நேரிடுகிறது! பணம் ஒருபோதும் இதை தடுக்க முடிவதில்லை. ராஜாக்கள், தொழிலதிபர்கள், வணிகர்கள், பிரபல பாடகர்கள் மற்றும் நடிகர்கள் போன்றோரும் கூட பணம் இருந்தும் மரணத்தைத் தழுவியிருக்கிறார்கள். பணம் அவர்களைக் காப்பாற்றியதா? இல்லை! தேவனுடைய அன்பை நிராகரித்த ஒவ்வொருவரும் ஒரு நாள் கர்த்தருக்கு முன்பாக அடிபணிந்து நிற்பார்கள். இதில் நிச்சயமாக நாத்திகர்கள் மற்றும் அஞ்ஞானவாதிகளும் அடங்குவர்.

தேவனுடைய ராஜ்யத்திற்கு முடிவில்லை. தேவன் ஏற்கனவே தம்முடைய ராஜ்யத்தை ஸ்தாபித்திருக்கிறார். **யாராவது விரும்பினாலும் விரும்பாவிட்டாலும், அது நித்திய நித்தியமாகத் தொடரும்.** இந்த விஷயத்தில் மனிதனுக்கு எந்த அதிகாரமும் இல்லை. கடந்த காலங்களிலிருந்து கிறிஸ்தவத்தைத் துடைத்தெறிய முயற்சித்த பலர் உள்ளனர். மேலும் பலர் எதிர்காலத்தில் இதைச் செய்ய எழுவார்கள். இதனால், அப்படிச் செய்வது ஒரு நல்ல வாழ்க்கையையும் நேரத்தையும் வீணடிப்பதாகும். அவர்கள் சென்ற காலத்தில் ஒருபோதும் வெற்றி பெற்றதில்லை, எதிர்காலத்திலும் ஒருபோதும் வெற்றி பெறப் போவதுமில்லை. கிறிஸ்தவம் தொடர்ந்து தழைத்தோங்குகிறது! அச்சிடப்பட்ட புத்தகம் மற்றும் சிறந்த விற்பனையில் இன்றளவும் பரிசுத்த வேதாகமம் தான் உள்ளது! தலைமுறை தலைமுறையாக, மக்கள் இரட்சிப்பைப் பெற்றுக்கொண்டு, அடுத்தடுத்த தலைமுறைகளுக்கு அதைக் கற்பித்துள்ளனர். இது கர்த்தருக்கு ஊழியம் செய்யும் சந்ததி. அதற்கு ஒரு முடிவே இருக்காது!

ஆசிரியர்

டாக்டர். ஷில்பா ஜெர்மைன் ஆல்ஃபிரெட்

தொழிலளவில், ஷில்பா ஒரு மருத்துவர். பெரு நிறுவனத்தில் வேலை மற்றும் நல்ல சம்பளத்தை விட வாழ்க்கையில் இன்னும் அதிகம் இருக்கிறது என்பதைத் தேவனுடைய நற்குணமும் இரக்கமும் அவர்களை உணர வைத்தது. புற்றுநோயியல் துறையில் (அதன் அனைத்து உணர்ச்சி துயரங்களையும் கண்ணராக் கண்டு) ஐந்து வருடங்கள் செலவழித்து, வாழ்க்கையின் சவால்களை எதிர்கொண்ட அவர், "தேவனுடைய வார்த்தையையே" தனது இறுதி ஆறுதலாகக் கண்டார். அவருக்கும், அவருடைய கணவர் மருத்துவர் ஆல்ஃபிரட் அவர்களுக்கும், இரண்டு அழகான தேவபக்தியுள்ள பிள்ளைகளைத் தேவன் கிருபையாக கொடுத்திருக்கிறார். கடந்த பதினைந்து ஆண்டுகளாகப் பரிசுத்த ஆவியானவரின் வழிகாட்டுதலின் கீழ் தேவனுடைய வார்த்தையைத் தீவிரமாக ஆராய்ந்தறியும் மாணவியாக இருந்து வருகிறார். "சிறிய தொடக்கங்களின் நாளை ஒருபோதும் இகழக்கூடாது" என்று அவர் உறுதியாக நம்புகிறார்!